यशाकडे भरारी

प्रा. अरुणा जेटवानी
प्रा. उमाशशी भालेराव

डायमंड पब्लिकेशन्स

यशाकडे भरारी

प्रा. अरुणा जेटवानी
प्रा. उमाशशी भालेराव

© डायमंड पब्लिकेशन्स, पुणे

ISBN 978-81-8483-132-0

प्रथमावृत्ती : ७ मार्च २००९

मुखपृष्ठ
शाम भालेकर

प्रकाशक
डायमंड पब्लिकेशन्स
२६४/३ शनिवार पेठ, ३०२ अनुग्रह अपार्टमेंट
ओंकारेश्वर मंदिराजवळ, पुणे-४११ ०३०
☎ ०२०-२४४५२३८७, २४४६६६४२
info@diamondbookspune.com

ऑनलाईन पुस्तक खरेदीसाठी भेट द्या
www.diamondbookspune.com

प्रमुख वितरक
डायमंड बुक डेपो
६६१ नारायण पेठ, अप्पा बळवंत चौक
पुणे ४११ ०३०. ☎ ०२०-२४४८०६७७

यश म्हणजे तोंडीलावणे नव्हे
तर
यश म्हणजे
परिपूर्ण पौष्टिक आहार

यशाचे सूत्र

अल्बर्ट आइन्स्टाइन

यांनी दिलेले यशाचे सूत्र म्हणजे फॉर्म्युला, अतिशय नावाजलेला आहे.

$$A\ (Success) = X\ (Work) + Y\ (Play) + Z\ (Keep\ Mouth\ Shut)$$

भरपूर काम करा, थोडी विश्रांती घ्या आणि जास्ती बोलू नका म्हणजे यश प्राप्त होईल.

तत्त्वज्ञानी

माल्कम ग्लॅडवेल

यांनी एक नवे सूत्र मांडले.

$$Success = Hardwork + Luck + Talent$$

यश म्हणजे परिश्रम, नशीब आणि प्रतिभा

- उत्तम प्रतिभा असून, खूप परिश्रम करूनही जर नशिबाने साथ दिली नाही तर यश मिळत नाही. हे सूत्र अनेकांनी मान्य केले आहे.

- अलीकडील शास्त्रीय शोधानुसार, तीव्र इच्छा, प्रतिभा, ज्ञान, परिश्रम, नशीब यांखेरीज आणखीही काही घटकांची गरज आहे. नैतिक मूल्ये, कुटुंबाशी उत्तम नातेसंबंध, सामाजिक पार्श्वभूमी, सांस्कृतिक गुणधर्म या गोष्टीही यश मिळवण्यास हातभार लावतात.

- यश पूर्णत्वाने मिळवायचे असेल तर या अनेक गोष्टींची गरज आहे.

प्रा. अरुणा जेटवानी

अरुणा जेटवानी या शिक्षणतज्ज्ञ असून प्रसिद्ध लेखिका आहेत. साधु वासवानी मिशनच्या मुलींसाठी असलेल्या सेंट मीरा कॉलेजच्या त्या निवृत्त मुख्याध्यापिका आहेत. त्या इंग्लिशमधून लिहितात. त्यांची आठ पुस्तके प्रकाशित झालेली आहेत. पैकी Another Love, Another Sky ह्या त्यांच्या कादंबरीला Authorís Guild of India चा 'सुब्रह्मण्यम् भारती' पुरस्कार लाभला आहे. हा इंग्रजी भाषेतील उत्कृष्ट कादंबरीचा पुरस्कार आहे. Bridge on River Krishna या त्यांच्या कथेला १९९१ मध्ये 'राजश्री अॅवॉर्ड कॉम्पिटिशन'मध्ये प्रथम क्रमांकाचे बक्षीस मिळाले. त्याचप्रमाणे Silver Nest, Golden Sky व Second Vision या त्यांच्या दोन कथांनाही 'The Tom Howard Competition' मध्ये बक्षिसपात्र ठरवले गेले. याशिवाय त्यांनी सिंधी भाषेतील अनेक कथांचे इंग्रजीत भाषांतर केले आहे. अलीकडेच त्यांनी साधु वासवानी यांचे आत्मचरित्र इंग्रजी भाषेत अनुवादित केले आहे. याशिवाय त्यांना सिंधी सेवा दलाचे Personality Award मिळाले आहे. Leo Club आणि राष्ट्रीय समता संघानेही त्यांच्या कामाबद्दल त्यांचा सन्मान केला आहे. Indian Institute of Sindhology, Pune Chapter च्या त्या Chair Person आहेत. साधु वासवानी मिशन या संस्थेसाठी व सिंधी समाजासाठी त्या सतत कार्यरत असतात. त्यांना चित्रकलेचा छंद आहे. त्यांचे पती अर्जुन जेटवानी हे Uniklinger मध्ये चीफ एक्झिक्युटिव्ह ऑफिसर होते.

प्रा. उमाशशी भालेराव

प्रा. उमाशशी भालेराव या न्यायमूर्ती ना. स्वा. लोकूर यांच्या कन्या व हैदराबादचे श्री. नरेंद्र भालेराव यांच्या पत्नी आहेत. मद्रास विद्यापीठातून त्या मानसशास्त्र, इंग्रजी व संस्कृत हे विषय घेऊन पदवीधर झाल्या. इंग्रजी व संस्कृत या दोन्ही विषयांचे त्यांना प्रथम पारितोषिक मिळाले. लग्नानंतर पतीबरोबर काही महिने फ्रान्सला जाण्याची संधी लाभली. तेथे त्यांनी फ्रेंच भाषेचा अभ्यास करून पॅरिस येथील आलिआँस फ्रॉन्सेझचा डिप्लोमा मिळवला. नंतर पुणे विद्यापीठातून फ्रेंच वाङ्मय हा विषय घेऊन एम.ए. ची पदवी प्रथम श्रेणीत मिळवली. पुण्यातील नौरोसजी वाडिया कॉलेजमध्ये वीस वर्षे फ्रेंच भाषा विभाग-प्रमुख म्हणून काम केले. त्यांना फ्रेंच सरकारची शिष्यवृत्ती मिळाली व सोरबोन विद्यापीठ, पॅरिस येथे त्यांनी 'मेथॉडॉलॉजी' चा अभ्यासक्रम केला. त्यांनी अनेक वेळा फ्रान्स व इतर देशांचा प्रवास केला आहे.

छंद म्हणून त्यांनी हिंदुस्थानी शास्त्रीय संगीताचा अभ्यास करून 'संगीत विशारद' ही पदवी मिळवली आहे. गानहिरा हिराबाई बडोदेकर व उस्ताद महंमद हुसेन खाँ यांचे मार्गदर्शन त्यांना लाभले. त्या संगीत नाटक अॅकॅडमीच्या संगीतक्षेत्रातील सुवर्णपदकविजेत्या आहेत. तसेच आकाशवाणी कलाकार आहेत.

मराठी मासिकांतून व वर्तमानपत्रांतून त्यांचे निरनिराळ्या विषयांवरचे लेख नियमितपणे प्रसिद्ध होत असतात. इंग्रजी व फ्रेंच या दोन्ही भाषांतील साहित्याचा त्या मराठीत अनुवाद करतात. त्यांची प्रकाशित झालेली अनुवादित पुस्तके :-

१) गंगेचा राखणदार – मूळ फ्रेंच लेखक 'गी दलरी' – ऐतिहासिक कादंबरी, प्रकाशक – कॉन्टिनेंटल प्रकाशन, पुणे.

२) हिमनगांच्या सहवासात – मूळ लेखक – मेजर जनरल सत्यस्वरूप शर्मा, प्रकाशक – कर्नाटक प्रकाशन संस्था, पुणे.

३) वृक्षायुर्वेद – मूळ संस्कृतसंहिता 'सूरपाल' यांची, प्रकाशक – एशियन अॅग्रो हिस्ट्री फाउंडेशन, हैदराबाद.

४) ताण – मूळ लेखक – विनय जोशी, प्रकाशक – डायमंड पब्लिकेशन्स, पुणे.

५) चंदेरी घरटे, सोनेरी आकाश – कथासंग्रह, मूळ लेखिका – अरुणा जेटवानी, प्रकाशक – निशिगंधा प्रकाशन, पुणे.

अनुक्रमणिका

१

यश

आपले आयुष्य यशस्वी व्हावे; अशी आपणा सर्वांचीच इच्छा असते. आपण राहतो त्या जगतात 'अपयश' हा फार भीतिदायक शब्द आहे; तरी पण यश म्हणजे खरोखर काय हे फार थोड्यांना समजते. काहींना व्यवसायात प्रगती मिळवून उच्चपदावर पोहोचणे म्हणजे 'यश मिळवणे' असे वाटते; तर काहींना संपत्ती व ऐश्वर्य मिळवणे म्हणजे 'यश' वाटते. अनेकांना पैसा व यश हे समानार्थी शब्द वाटतात, तर काहींना स्वतःची भावनिक उन्नती करणे म्हणजे यशस्वी होणे असे वाटते. खरे म्हणजे यशात या सगळ्याच गोष्टींचा थोडा थोडा वाटा आहे.

'यश' म्हणजे काय?

मनुष्यप्राणी ही अनेक प्रकारची व्याप्ती असणारी व्यक्ती आहे. त्याच्या व्यक्तिमत्त्वाला अनेक कंगोरे आहेत. एकाच क्षेत्रात यश मिळाल्यास त्याला पूर्ण समाधान मिळत नाही. हल्लीच्या काळात फक्त पैशांच्या मागे धावणे पुरेसे नाही. आयुष्यातील इतर क्षेत्रांत पोकळी राहू शकते. असे म्हटले जाते की, 'माणूस फक्त भाकरीवर जगत नाही' त्याच्या इतर अनेक गरजा असतात; म्हणूनच आम्ही म्हणतो की यश हे पूर्णत्वाला नेणारे असावे.

यश म्हणजे संपत्ती किंवा ऐश्वर्य नव्हे.

यश म्हणजे प्रतिष्ठा, सत्ता व नेतृत्व मिळवणे नव्हे.

यश म्हणजे लोकप्रियता मिळवणे नव्हे.

यश म्हणजे इतरांना आपल्या तंत्राने चालवणे नव्हे.

यश म्हणजे उच्चतम अधिकार मिळवणे नव्हे.

स्वामी विवेकानंदांनी यशाची एक सुंदर व्याख्या सांगितली आहे. ते म्हणतात, ''इतरांनी त्याच्यावर फेकलेल्या विटा-दगडांपासूनच जो 'भक्कम पाया' बनवू शकतो, तोच खरा यशस्वी माणूस बनतो.''

स्वामी विवेकानंदांची ही संकल्पना अत्यंत वास्तववादी आहे. त्यात पुढील तीन गोष्टी सामावलेल्या आहेत.

१-प्रत्येक दुर्दैवाचे सुदैव बनवा.

२-आपल्या जखमा कुरवाळत बसू नका. तुमच्यावर दगडफेक झाल्यास धैर्याने वागा. त्यातून बळ मिळेल, ताकद मिळेल.

३ – जशास तसे वागू नका.

'जशास तसे' वागाल आणि 'डोळ्याला डोळा' मागाल, तर संपूर्ण जग आंधळे होईल असे महात्मा गांधी म्हणाले होते.

आपल्या आयुष्याची व्याप्ती खूप मोठी असून त्यात अनेक क्षेत्रांचा समावेश आहे; पण पैकी तीन गोष्टी अत्यंत महत्त्वाच्या आहेत.

१) अंतर्बाह्य 'स्वतः'

२) आपले वैयक्तिक व सामाजिक नातेसंबंध आणि

३) आपले शिक्षण, आपला व्यवसाय

ह्याच क्रमाने या तीन गोष्टी महत्त्वाच्या आहेत असे नाही. काहींना वैयक्तिक नातेसंबंध अधिक महत्त्वाचे व अर्थपूर्ण वाटतात. काहींना आपला पेशा किंवा व्यवसाय अधिक महत्त्वाचा वाटतो, तर काहींना 'स्वतः'ची उन्नती करून घेणे अधिक उपयुक्त वाटते.

थोडक्यात, म्हणजे यशाचा अर्थ 'परिपूर्णता.' ते तुकड्यांमध्ये विभागता येत नाही; वर नमूद केलेली तीनही क्षेत्रे समान महत्त्वाची आहेत. ती एकमेकांना जोडलेली आहेत. त्यांना एकत्र सामावून घेण्याचा आपण प्रयत्न केल्यास आपल्या आयुष्याचा विशाल चित्रपट नक्कीच सुंदर होईल.

आपण थोडा व्यावहारिक विचार करू या.

परिपूर्ण यश संपादन करण्यासाठी आपल्याला कौशल्य व खास तंत्र हवे. तीनही क्षेत्रांचे व्यवस्थापन करणे हा सर्वांत उत्तम उपाय आहे.

१) 'स्वतः'चे व्यवस्थापन.

२) नातेसंबंधाचे व्यवस्थापन.

३) शिक्षण व व्यवसायाचे व्यवस्थापन.

स्वतःचे व्यवस्थापन म्हणजे स्वतःसाठी उत्पन्न होणाऱ्या अनेक समस्यांना हाताळणे. एकटेपणा, नैराश्य, वैफल्य, खिन्नता, अपयश, काय घडेल याची चिंता, काळजी अशा अनेक गोष्टी आपल्याला भेडसावत असतात.

त्यावर मात करण्यास शिकणे म्हणजे 'स्वतः'चे व्यवस्थापन ! या स्वतःच्या व्यवस्थापनाची व्याप्ती इतकीच नसून ती अधिक विशाल आहे.

स्वतःचे व्यवस्थापन करत असताना आपण जे तंत्र व कौशल्य वापरू, त्यामुळे नकारात्मकतेचे सकारात्मकतेत रूपांतर होईल व आपली यशाकडे घोडदौड सुरू होईल.

नातेसंबंधाबाबतच्या व्यवस्थापनाबद्दल आपण सर्व जागरूक असतो. आपल्या जन्मदिवसापासूनच आपण एका कुटुंबाचे, एका समाजाचे, एका देशाचे घटक असतो. वस्तुतः गर्भावस्थेतच आपले नातेसंबंध सुरू होतात.–

आपल्या आईशी असणारे आपले नाते !

नातेसंबंधाच्या क्षेत्राचे व्यवस्थापन थोडे अवघड असते कारण तेथे भावनिक व्यवस्थापनाची गरज असते; इथे अनेक प्रकारच्या कौशल्यांची गरज भासते. अनेक उपचारपद्धती हाताळाव्या लागतात.

'शिक्षण' आणि 'व्यवसाय व्यवस्थापन' म्हणजे संगणकात भरावयाची सामग्री (सॉफ्टवेअर) असते. एकदा स्वतःचे व नातेसंबंधाचे व्यवस्थापन झाले की ही संगणकाची चकती (हार्ड डिस्क) तयार होते मग त्यात शिक्षण व व्यवसायाची इतर सामग्री भरता येते. फक्त २१ व्या शतकाच्या गरजेप्रमाणे त्याचे आधुनिकीकरण केले पाहिजे. व्यवसायाचे अनेक दरवाजे आपल्यासाठी खुले आहेत. त्यादृष्टीने कार्य करायला हवे. आपल्यापुढे अनेक पर्याय आहेत. आपण भूतकाळात जाऊन वेदांचा, वेदांताचा, कालिदासाचा अभ्यास करून, त्याकाळी अनुभवांनी सिद्ध झालेल्या नैतिक तत्त्वांचा आधुनिक काळात वापर करून यश मिळवण्याचा प्रयत्न करू शकतो; अथवा इतर आधुनिक पर्याय शोधू शकतो.

यशाचा चेहरा फार सुंदर असतो –

यशाचा चेहरा अतिशय चकाकता, तळपता आणि भावदर्शी असा असतो. आमच्या शेजारी एक अतिशय यशस्वी सज्जन गृहस्थ राहतात. नव्या वर्षाच्या शुभेच्छा देण्यासाठी मी त्यांच्याकडे एक केक पाठवण्याचे ठरवले. एका छोट्या खोडसाळ मुलाने केकचा डबा उघडून काय आहे ते पाहण्यासाठी उत्सुकतेपोटी त्यात बोट खुपसले. 'असा विस्कटलेला केक तू पाठवू नकोस.' माझी मुलगी मला म्हणाली; पण मला तो खास बनवून घेतलेला केक वाया घालवायचा नव्हता. मी त्या केकचे दोन भाग केले आणि चांगल्या स्थितीत असलेला भाग शेजारी पाठवला. या माझ्या कृतीबद्दल माझ्या कुटुंबातली मंडळी माझ्यावर रागावली; पण शेजाऱ्याने मात्र आनंदाने स्वीकारून मला आभाराचा फोन केला. अर्धाच केक पाठवल्याबद्दल मी दिलगिरी व्यक्त केली तेव्हा तो म्हणाला, "खूप सुंदर सजवून जेव्हा कोणी केक पाठवतात तेव्हा त्यात कर्तव्यबुद्धी व देखावाच अधिक असतो. तुम्ही मात्र स्वतःसाठी आणलेल्या केकमध्ये मला वाटा दिलात. असा अर्धा केक मिळणे फार विरळा असते. त्यात तुमचे खरे प्रेम दिसून येते. एकमेकांना वाटून घेणे हे अमूल्य आहे.'' यशाचा चेहरा असा मृदू आणि मन खंबीर असते.

यशाला खंबीर व सुंदर मन असते –

नामवंत वैज्ञानिक थॉमस एडिसन याची ही गोष्ट प्रसिद्ध आहे. ३० वर्षांच्या अथक परिश्रमांनंतर त्याने थोडी सुट्टी घेतली व विश्रांतीसाठी दुसरीकडे गेला. तेथे त्याला

तार मिळाली की त्याचे घर आणि त्याची प्रयोगशाळा आगीत भस्मसात झाली. ३० वर्षे त्याने केलेले प्रयोग, त्याचे कागदपत्र सर्व काही नष्ट झालेले पाहून त्याची प्रतिक्रिया काय झाली असावी ? तो मुळीच निराश झाला नाही. रडला नाही की दुःखाने ओरडला नाही. आपले संशोधनकार्य पुन्हा नव्या जोमाने सुरू केले. त्याचे मन खंबीर होते म्हणूनच या प्रसंगी तो डगमगला नाही. त्याचे धैर्य, त्याची इच्छाशक्ती, त्यांची सकारात्मक वृत्ती या त्याच्या तीन गुणांमुळेच त्याने जगाला 'विजे'ची खास भेट दिली. जगाच्या प्रगतीसाठी हे फार मोठे वरदान मिळाले.

मनाला थोडे प्रशिक्षण दिल्यास आपणही इच्छाशक्ती, धैर्य आणि सकारात्मक वृत्ती विकसित करू शकतो. जंगली घोड्याला आपण प्रशिक्षणाने काबूत आणू शकतो तर मानवी मनाला का नाही?

यशाला आत्मा आहे –

आंतरिक शक्तीमुळे यश लाभते. आपल्यामध्ये अमर्याद शक्ती असते. प्रत्येक मनुष्यात अशी सुप्त शक्ती असते. प्रत्येकात एक 'आत्मा' असतो. 'आत्मन्' म्हणजे अमर्याद शक्ती. त्याला खरोखर मर्यादाच नाही. ही शक्ती जागृत केली तर आपण कितीतरी उंची गाठू शकतो. अगदी आकाशाला भिडू शकतो आणि आपल्या सर्व स्वप्नांची पूर्ती करू शकतो. ज्याला ही अंतःस्थ शक्ती असते त्याला आयुष्यात येणाऱ्या सर्व अडथळ्यांवर धैर्याने मात करता येते.

ही अंतःस्थ शक्ती कशी विकसित करता येईल? आपली 'श्रद्धा' आपण कशी वाढवतो? कशी विकसित करतो? त्यासाठी ध्यान धारणेची, मनन, चिंतन करण्याची गरज आहे. प्रेरणादायक वाङ्मय वाचावे, आध्यात्मिक मार्गदर्शन मिळवावे; अशा गहन अध्यात्मामधूनच अंतःस्थ शक्ती मिळवता येते.

या अंतःस्थ शक्तीमुळे निर्णय घेण्याची क्षमता वाढते, आत्मविश्वास वाढतो. दुसऱ्यावर अवलंबून राहावे लागत नाही; आपण स्वावलंबी बनतो. तुम्हाला फक्त स्वतःच्या शक्तीची, स्वतःच्या अंतःस्थ सामर्थ्याची जाणीव व्हायला हवी. ही जाणीव तुम्हाला बळ देईल. त्याचे निश्चित चांगले परिणाम दिसतील.

❑

२

स्वतःचे व्यवस्थापन

स्वतःचा स्वीकार करा

अनेक वर्षे मला सतत चहा पिण्याच्या माझ्या सवयीबद्दल अपराधी वाटत होते. नंतर एक दिवस मला एक बाई भेटली. स्वतःच्या चहा पिण्याच्या सवयीबद्दल तिला चक्क अभिमान वाटत होता. ''अगं, चहा माझा सोबती आहे. मला उत्तेजित करणारा सखा आहे. मला त्याची गरज आहे. त्याबद्दल शरमिंदे वाटण्याचे काय कारण? मला मुळीच अपराधी वा शरमिंदे वाटत नाही. मला दारूचे व्यसन नाही, याचा मला अभिमान आहे. हलक्या स्वादाचा आसामी चहा मी आवडीने वरचेवर पिते, यात बिघडले कुठे?''

खरेच ! ही लहानशी अनुपद्रवी चैन मी करते, त्यात काहीच वाईट नाही. आपल्या व्यक्तिमत्त्वातील अशा छोट्या उणिवा, छोटे दोष, छोट्या कमतरता आपण स्वीकारायला हव्यात. आपल्या व्यक्तिमत्त्वाचा तो एक भाग आहे. याचा अर्थ असा नाही की, या दोषांना आपण चिकटून राहावे. आपल्यात असणाऱ्या वाईट सवयी दूर करण्याचा आपण जरूर प्रयत्न करावा; पण स्वतःला अपराधी वाटून घेऊ नये. दुसऱ्यांना त्रासदायक होत नसलेल्या आपल्या काही छोट्या छोट्या दोषांना आपण स्वीकारावे. चंद्रावरही डाग आहेत ना? आपण जसे आहोत तसे स्वतःला स्वीकारायला आपण शिकले पाहिजे.

आपल्या बाह्य रूपाचा स्वीकार –

आरशात आपले रूप पाहा. आपल्या चेहऱ्याचा, शारीरिक ठेवणीचा, आपल्या एकंदर शरीराचा स्वीकार करा. देवाने आपल्याला ही देणगी दिली आहे असे समजून त्याचा स्वीकार करा. हे शरीर स्वच्छ, पवित्र तेजस्वी ठेवायला हवे. त्यातील सौंदर्य ओळखा. विश्वास असू द्या, प्रत्येक शरीर सुंदर असते व ते सुंदर ठेवण्याचा प्रयत्न करा. देवाकडून कृतज्ञतापूर्ण हे शरीर स्वीकारा. थोडे पुढे जाऊन असे म्हणूया – ''स्वतःवर प्रेम करा. जसे तुम्ही आहात तसे स्वीकारून स्वतःवर प्रेम करा.'' छोटे छोटे दोष, उणिवा विसरून जा. सौंदर्याचाच विचार करा.

तालवृक्ष नेहमी नृत्य करतो – तसे लवचिक बना –

स्वतःचे आयुष्य विस्कळित होते ते आपल्या ताठर वृत्तीमुळे ! आयुष्यात होत असलेल्या बदलांना सामोरे जाण्यासाठी लवचिक वृत्ती हवी. जेव्हा वादळ येते तेव्हा तालवृक्ष डोलत असतो. अस्तित्व टिकवण्यासाठी झुलत असतो. ताठ असलेले वृक्ष मात्र मोडून पडतात. कडक, ताठ असणाऱ्या फांद्या मोडून पडतात. तालवृक्षाप्रमाणे लवचिक राहण्यास शिका. ताठर वृत्ती सोडा.

स्वत:वर मालकीहक्क असणे हा मोठा गुण आहे –

विचारांच्या दारिद्र्यामुळे आपल्याला आपला विशेष गुण दिसतच नाही. प्रत्येकापाशी तो 'स्वतः' आहे – शरीर, मन आणि आत्मा असलेला स्वतः ! जल, वायू, आकाश, पृथ्वी, अग्नी या पंचतत्त्वाने निर्माण झालेले हे मशीन, हे मानवी यंत्र – हे अत्यंत महत्त्वाच्या गुणांनी भरलेले आहे. आपल्याला त्याबद्दल हर्ष व्हायला हवा.

स्वत:चे आढावापत्रक –

आपली बलस्थाने आणि आपल्यातील उणिवा यांचा आढावा घेणे गरजेचे असते. सर्व गुणांची गुणवत्ता तपासून पाहा. आपले आढावापत्रक पोषक असेल, सकारात्मक असेल तर उत्तमच! तसे नसेल व आपल्या उणिवा, आपल्यातील दोष, कमतरता अधिक असतील तर त्यासाठी उपाय शोधा. जमेच्या बाजूपेक्षा खर्चाची बाजू अधिक असून चालणार नाही. आपल्यात काय कमी आहे ते शोधा. दुसऱ्यांशी संपर्क साधण्यात आपण कमी पडतो का? समझोता करण्यात कमी पडतो का? आपल्यात नैतिक बळ कमी आहे का? प्रामणिकपणा कमी आहे का? आपल्या रोगाचे निदान योग्यपणे केलेत की त्यावर इलाज करणे निश्चित सोपे जाईल.

आकाशात उडणाऱ्या पक्ष्याप्रमाणे बना –

स्वत:शी आपले संबंध असे असावेत की आपण केव्हाही भरारी घेऊ शकतो. उडून जाऊ शकतो. म्हणजेच एक प्रकारची अलिप्तता असणे गरजेचे आहे. रोजच्या कामामध्ये काही प्रमाणात अलिप्तपणा असावा. प्रामाणिकपणे काम करा, आपली कर्तव्ये प्रेमाने काळजीपूर्वक पार पाडा, पण ओढीने अथवा अपेक्षेने कर्म करू नका. यापासून मुक्त राहा. आकाशात उडणाऱ्या पक्ष्याप्रमाणे राहा. जमिनीकडे लक्ष ठेवा पण स्वतः मुक्त राहा.

स्वत:शी दुवा साधणे –

स्वत:ला स्वीकारणे सोपे आहे; पण स्वत:च्या 'अंत:स्थ' स्वतः शी दुवा साधणे कठीण असते. यासाठी प्राणायामासारख्या व्यायामाची गरज आहे. त्यामुळे आपले शरीर, मन व आत्मा यांच्यात सुसूत्रता आणता येईल. माणसाला मन असते, तसेच एक हृदयही असते. दोन्ही एकमेकांविरुद्ध असतात. मन समंजस व अस्थिर असते. हृदय हे भावनांनी भरलेले असते व ते अस्थिर असते. आपल्याला या दोघांवर नियंत्रण ठेवायचे असते.

मनाचे व्यवस्थापन

मन म्हणजे काय? मन चंचल असते. संवेदनशील असते व सर्व प्राण्यांमध्ये

समान असते. मनुष्यप्राण्याला बुद्धी असल्याने मन अधिक जोमाने काम करत असते. मनाची अशीही एक व्याख्या आहे की मन हे नदीप्रमाणे सतत वाहात असते. अखंडित वाहणाऱ्या नदीच्या पाण्याप्रमाणे मनात विचार सतत वाहात असतात.

मन म्हणजे 'जाणीव', या जाणिवेचे तीन थर असतात. जाणीव असणारे मन, जाणीव नसणारे मन आणि अंतर्मन. पैकी जाणीव असणाऱ्या मनाबद्दल तुम्ही जागृत असता. त्या मनाशी विचारविनिमय करता, त्याला तुम्ही समजून घेता. तुम्हाला जाणीव नसणारे मन हे तुमचे नैसर्गिक मन असते आणि तुमचे अंतर्मन हे अतिशय शक्तिशाली असून त्यामुळेच तुमचे दैव घडते.

मन : – प्रमुख ऊर्जा

मनातील विचार ही आपली मुख्य ऊर्जा असते. त्यामुळेच आपण आपल्या अवतीभोवती बदल घडवून आणू शकतो. माणसाने या जगात ज्या नव्या गोष्टी निर्माण केल्या आहेत, त्यांचा उगम प्रथम त्याच्या मनातच झाला. त्याच्या विचारात झाला.

त्याचप्रमाणे परमेश्वराच्या मनातील विचारांची अभिव्यक्ती म्हणजे 'निसर्ग.' याचा उगम परमेश्वराच्या विचारात असून, मनःशक्तीच्या जोरावर त्या इच्छा साकार झाल्या, प्रत्यक्षात उतरल्या.

विचारांच्या जोरावर आपण संपत्ती, सत्ता या गोष्टी मिळवण्याचा प्रयत्न करू शकतो.

विचारांची तुलना विजेबरोबर होऊ शकते. विद्युत्-ऊर्जा ही वातावरणात अप्रकट अवस्थेत म्हणजेच सुप्त अवस्थेत असते. ही ऊर्जा आपण प्रयत्नपूर्वक मिळवली तरच या विजेचा आपणास उपयोग होतो. वादळाच्या वेळी आपण वीज चमकतांना पाहतो. वाऱ्यामुळे लाकडे एकमेकांवर घासली जातात तेव्हा ऊर्जेचे अस्तित्व जाणवते. या विद्युत-ऊर्जेचे अनेक उपयोग होऊ शकतील, असे विचार मनात येतात. या विचाराचे बीज मनात रोवले गेले की मग त्याला पालवी फुटू लागते आणि आपले स्वप्न प्रत्यक्षात उतरते.

भूतकाळात मानवाने केलेल्या अनेकविध विचारांमधूनच आजची प्रगती साधलेली आहे; आणि आज केल्या जात असलेल्या विचारांत भविष्यातील प्रगती आहे. युद्ध, शांतता, भरभराट, प्रगती सर्व काही माणसाच्या विचारांतूनच निर्माण झाले आहे.

मन म्हणजे मेंदू नव्हे. मनात विचार असतात. ती सुप्त ऊर्जा असते.

सर्वसाधारणपणे माणसाच्या मनात एका दिवसात ५२,००० विचार येतात. हे विचार चार गटांत विभागता येतील.

सकारात्मक विचार	नकारात्मक विचार
धूसर, अस्पष्ट विचार	समर्थ, पक्के विचार

विचार म्हणजे 'ऊर्जा.' ही ऊर्जा मूर्त स्वरूपात आणण्याची त्यांच्यात ताकद असते; म्हणून सकारात्मक विचार जर समर्थ व पक्के असतील तर त्यांना वास्तवात आणता येते.

दुर्बल, निसटते संदिग्ध विचार करणे म्हणजे निष्कारण ऊर्जा वाया घालवणे होय. विचारांची ऊर्जा अशी वाया घालवू नये.

वाया जात असणाऱ्या या मनाच्या ऊर्जेला कसे वाचवता येईल? मनातील विचारांवर ताबा ठेवून !

मन म्हणजे रानटी घोड्याप्रमाणे असते. त्याला तालीम देऊन त्याच्यावर नियंत्रण ठेवावे लागते. 'वाइल्ड हॉर्स' (रानटी घोडा) या नावाचा एक सिनेमा आहे. त्यात अशा रानटी घोड्याला 'गाजर व लाकूड' पद्धतीने प्रशिक्षण देताना दाखवले आहे; म्हणजे प्रशिक्षकाचे ऐकले व प्रगती केली की बक्षीस द्यायचे आणि आज्ञा पाळली नाही तर काठीने मार द्यायचा ! आपल्या मनालाही या पद्धतीने नियंत्रणाखाली आणता येईल. नको त्या विचारांपासून दूर खेचून मनाला ताळ्यावर आणायला हवे. हे काम सोपे नाही. भगवद्‌गीतेत अर्जुन श्रीकृष्णाला म्हणतो की, 'मनावर ताबा मिळवणे हे वाऱ्यावर ताबा मिळवण्यापेक्षा कठीण आहे.'

अनेकदा मनाची तुलना लगाम नसलेल्या घोड्याशी केली जाते. लगाम नसला की घोडा बेफामपणे उड्या मारत दंगामस्ती करतो. तसेच मनाचेही आहे.

स्वामी विवेकानंद म्हणतात की, 'मन हे दारूच्या नशेत असलेल्या माकडाप्रमाणे या फांदीवरून त्या फांदीवर उड्या मारत असते.'

मन म्हणजे थेंबाथेंबाने पाणी जमून झालेली नदी ! हे पाण्याचे थेंब म्हणजे गतजन्मीचे संस्कार !

काहींच्या मते मन हे डबक्याप्रमाणे आहे. त्यात अनेक प्रकारची अशुद्धता असते. हा अशुद्ध पाण्याचा ओघ थांबवायला हवा.

संत कबीर म्हणतात –

राजा, भिकारी आणि संत
सगळेच दुःखी, उदास
ज्याने स्वतःच्या मनावर ताबा मिळवला आहे
तोच सुखी, समाधानी !

ऋग्वेदात म्हटले आहे –

तुमचे मन भरकटत असते
भूतकाळात काय घडले
भविष्यात काय घडणार?
त्याला खेचून परत आणा वर्तमानात
आणि काबूत ठेवा.

(ऋग्वेद १०-५८-२)

मन जेव्हा इकडे तिकडे भरकटू लागते तेव्हा त्याला वर्तमानात आणणे गरजेचे आहे. यालाच वर्तमानकाळाची शक्ती म्हणतात. (Power of Now)

एकदा का लक्ष हवे त्याप्रमाणे केंद्रित करता आले की, अशक्य गोष्टीही साध्य करता येतात. म्हणूनच असे म्हटले जाते की, ''माणूस जसा विचार करतो तसा तो असतो.''

मनावर असणाऱ्या भावनिक व इतर ताणांचा त्याच्या प्रकृतीवर परिणाम होतो. राग, चीड, निराशा, भीती, काळजी, चिंता, एकटेपणा अशा नकारात्मक भावनांमुळे शारीरिक व मानसिक आरोग्य बिघडते. शरीर आणि मन एकमेकांना जोडलेले आहेत. आत्मा म्हणजे आपल्या देहातील ती सुप्त ऊर्जा. याचाही आपल्या प्रकृतीवर, आपल्या क्षेम असण्यावर परिणाम होतो. उदाहरणार्थ, ज्यांची श्रद्धा दृढ असते, जे सतत प्रार्थनेत मग्न असतात अशी माणसे सकारात्मक असतात. म्हणूनच समाधानी असतात. ते शांत व संयमी असतात. सुदृढ असतात. काही प्रमाणात ध्यान व जपजाप्य यांचा मनावर ताबा मिळवण्यास उपयोग होतो.

नकारात्मक विचारांपासून आपण कशी सुटका करून घेऊ शकतो ?

बराच काळ माझ्या मनात असे नकारात्मक विचार येत होते. त्यांचा मला त्रास होत असे. मी भूतकाळात मागे जाऊन या नकारात्मक विचारांबद्दल शोध घेऊ लागले, तेव्हा लक्षात आले की, मला सतत 'अपघाताची' भीती वाटते. घराबाहेर पडताच रस्त्यावरची अनागोंदी वाहतूक पाहून माझी घबराट होत होती. दरवेळी अशी धास्ती माझ्या मनात भरली की, मी प्रयत्नपूर्वक हे अपघाताचे विचार दूर सारून सकारात्मक

विचार करू लागले. माझ्या गाडीला अपघात होईल हा विचार दूर सारून, मी आनंदाने मजेत गाडी चालवत आहे, असे चित्र डोळ्यासमोर आणू लागले. लगेच ती घबराट, छातीची धडधड बंद होऊन मी शांत, चिंतामुक्त होऊ लागले.

'भावनांच्या मागे जाऊन शोध घेणे' हे बुद्धतत्त्वातील तंत्र आहे.

सकारात्मक विचार हा एक दृष्टिकोन आहे. काही दिवसांपूर्वी आम्ही दलाई लामांच्या दर्शनास गेलो होतो. सोबत माझी भाची होती. तिच्याच पुढे आणखी एक बाई होती. आम्ही गेलो तेव्हा दलाईलामा व्यस्त होते. कोणाशीतरी बोलत होते. आम्ही त्यांच्यासमोर जाऊन त्यांना वंदन करून पुढे सरकलो. माझी भाची व ती दुसरी बाई यांच्या प्रतिक्रिया काय झाल्या हे पाहण्याजोगे आहे. माझी भाची अतिशय प्रफुल्लित झाली होती. ती म्हणाली, ''मला दलाईलामांचे दर्शन झाले, त्यांचा मी आशीर्वाद घेतला. किती मी भाग्याची !''

ती दुसरी बाई कपाळावर आठ्या घालून म्हणाली, ''माझी घोर निराशा झाली. इतक्या लांबून मी आले. पण दलाईलामांनी माझ्याकडे बघितलेही नाही. इकडे येण्याचे माझे कष्ट वाया गेले.''

एकच प्रसंग ! पण दोन वेगवेगळ्या प्रतिक्रिया !

मनाची एकाग्रता साधण्यासाठी योगशास्त्रात 'खेचरी मुद्रा' सांगितली आहे. देह आणि मन यांचा समन्वय साधण्यासाठी ही मुद्रा उपयोगी पडते. योगशास्त्राचे उच्च शिक्षण घेऊ इच्छिणाऱ्यासच गुरूच्या मार्गदर्शनाखाली अशा प्रकारची 'खेचरी मुद्रा' शिकता येते. ख म्हणजे आकाश, चर, चरति म्हणजे हलणे, फिरणे. काळ आणि अवकाश कशाचेही बंधन न राहता मनही पक्ष्याप्रमाणे उडू शकते. या मुद्रेत जीभ आतल्या बाजूला वळवून टाळूस वरच्या बाजूला भिडवतात. हे अत्यंत अवघड आहे; पण असे म्हणतात की काही प्राण्यांना ही कला अवगत आहे. खेचर (घोडा व गाढव या दोन जातींच्या संकरातून निर्माण झालेला प्राणी) डोंगरावरील अत्यंत अरुंद रस्त्यावरून न डगमगता जाऊ शकतो. एका बाजूला उंच डोंगराची भिंत, तर दुसऱ्या बाजूला दरी असते; तेव्हाही खेचर अत्यंत एकाग्रतेने, शांतपणे त्या अरुंद पाऊलवाटेवरून जात असते. खेचराला हे कसे काय साध्य होते? अशा प्रसंगी खेचर आपली जीभ आत वळवून टाळूस वरच्या बाजूला चिकटवते म्हणून ते इतक्या एकाग्र चित्ताने जाऊ शकते. शरीर, मन, आत्मा या सर्वांमध्ये एक समन्वय साधला जातो. वैश्विक शक्तीचा झरा डोक्यापासून संपूर्ण शरीरात व मनात उतरतो. योगशास्त्रात खेचरीमुद्रा ही फार महत्त्वाची मुद्रा मानली जाते.

कल्पनाशक्तीची क्षमता

"ए, काय स्वप्नात आहेस का? दिवसा कसल्या स्वप्नात रंगला आहेस?" असे आपण अनेकदा मुलांवरही ओरडतो आणि मग ती शेख महंमदची प्रसिद्ध गोष्ट सांगतो. कल्पनेच्या विश्वात तो इतका रंगून गेला होता की शेवटी त्याच्या कल्पनांचा चक्काचूर झाला. त्याच्या गोष्टीचा शेवट दुःखद झाला कारण त्याची स्वप्ने पाहण्याची पद्धत अशास्त्रीय होती.

'दिवास्वप्न' हे एक विज्ञान आहे – कल्पनाशक्तीचे विज्ञान अथवा शास्त्र –

एच.आर.डी. गुरू निखेत यांचे म्हणणे आहे की, "दिवास्वप्नाचे कार्य बहुविध आहे. नेहमीच्या चिंतेपासून मुक्तता मिळवून मन कल्पनेत रंगून जाते. स्वप्नांमधून त्याच्या सुप्त गरजा व्यक्त होतात. त्यात ज्या प्रतिमा उमटतात त्या सत्यामध्ये व्यक्त करण्याचा प्रयत्न केला जातो."

दारिद्र्यात राहणारी अनेक माणसे दिवसाही महत्त्वाकांक्षी, मोठी स्वप्ने पाहतात आणि कधीकधी त्यांची ही स्वप्ने सत्यात उतरतात. भारतीय सिनेसृष्टीतील एक चमकता तारा अनिल कपूर हा चाळीत राहत असे आणि मोठा सिनेकलावंत होण्याची स्वप्ने पाहात असे. त्याचे स्वप्न सत्यात उतरले. अर्थात, त्यासाठी त्याने भरपूर परिश्रम केले. असे म्हटले जाते की –

माणूस कल्पनेत जे पाहू शकतो ते अस्तित्वात आणू शकतो. त्याची मनातील प्रतिमा सत्यात आणण्यासाठी तशी परिस्थिती निर्माण होऊ शकते; पण माणूस आपल्या कल्पनाशक्तीचा मर्यादित उपयोग करतो, हाच त्याचा कमकुवतपणा आहे.

कार्ल युंग (Karl Yung) प्रमाणे आपल्या ऋषींनाही मनाचे गुणधर्म समजले होते. जाणीव असणारे मन विचार करते. अंतर्मन त्याचा स्वीकार करते. त्याची आज्ञा पाळते. आपले विचार अंतर्मनात झिरपतात व तेथे त्यांचे कार्य सुरू होते. अंतर्मन हे सुपीक जमिनीप्रमाणे असते. शेतकरी स्वतःच्या इच्छेप्रमाणे जे पेरता, तेच उगवते.

संमोहन उपचारात अंतर्मनाला जागृत करून, प्रत्यक्ष अनुभव घेण्यासाठी त्याचा उपयोग केला जातो. संमोहन अवस्थेत अंतर्मनाला जर 'तू नेता हो', 'तू यश मिळव' अशा आज्ञा केल्या तर अंतर्मन त्या आज्ञा पाळते. अंतर्मनाला विश्वाकडूनही आज्ञा मिळते. त्याला आपण सहावी इंद्रियशक्ती किंवा असाधारण घटना म्हणतो. कल्पनाशक्तीला काहीही अशक्य नाही. काही काही वेळा अपेक्षेपेक्षा अधिक काळ लागतो हे खरे आहे! पण आपल्या मनातील प्रतिमांना आपण घट्ट पकडून ठेवल्यास, जितका अधिक काळ लोटेल तितका त्याचा परिणाम अधिक चांगला होईल.

मनात उमटणाऱ्या प्रतिमांवर काम करणाऱ्या एका कुशल माणसाने म्हटले आहे,

“मला जर मनःशांतीचे भाव जाणवले, तर परिणाम लवकर होतात हे मला समजते. तसे न झाल्यास इच्छेप्रमाणे परिणाम मिळवण्यासाठी अधिक परिश्रम करण्याची गरज असते. अखेर मी परमेश्वराची मदत मागतो.”

मनाची कल्पनाशक्ती फार चित्तवेधक असते. त्याला आपण जितके विकसित करू, तितके आपणास अधिक परिणाम मिळतात.

कधी कधी आपले मन शंकेने झपाटले जाते आणि मग या शक्तीला विकसित करण्यास आपल्याला त्रास पडतो.

थोडक्यात, आपण जे स्वप्नात पाहतो, कल्पनेत रंगवतो ते सर्व अंतर्मनाने स्वीकारलेले असते व अंतर्मन त्याप्रमाणे आज्ञापालन करते.

निर्मितीक्षम कल्पनाचित्र –

२० व्या शतकातील एक तत्त्वज्ञानी म्हणतात –

‘कल्पना करण्यात फार छान निर्मितिक्षम शक्ती आहे. त्याला श्रद्धेची जोड दिलीत तर तुम्ही त्या कल्पना प्रत्यक्षात आणू शकता. परमेश्वराप्रमाणेच माणूसही निर्माता आहे. जोडनिर्माता म्हणू या ! मनात जे योजाल, त्यावर पूर्ण श्रद्धा असेल तर ते प्रत्यक्षात उतरेल.’

निर्मितिक्षम कल्पनाचित्र रंगवणे हे याच तत्त्वावर आधारित आहे. शक्ती गावेन (Shakti Gawain) हे या विषयावर लिहिताना म्हणतात, “आयुष्यात तुम्हाला जे हवे आहे ते निर्माण करण्यासाठी या निर्मितिक्षम कल्पनाचित्राचे तंत्र उपयोगी पडते. प्रार्थना करणे, मंत्रोच्चार करणे हे तंत्रही याच तत्त्वावर आधारित आहे.” या प्रकारांनी अंतर्मनाला सूचना दिल्या जातात.

काही व्यावहारिक सूचना –

१) यश, विजय, सौख्य किंवा इतर इच्छा यांची कल्पना करा.

२) नकारात्मक विचारांपासून मन मुक्त करा.

३) मनापासून प्रार्थना करा आणि विश्वावर श्रद्धा ठेवा.

४) तुमचे विचार निश्चित करा.

५) स्वतःवर आणि स्वतःच्या कर्तृत्वावर विश्वास ठेवा.

६) वैश्विक शक्तीवर विश्वास ठेवा. परमेश्वराचे तुम्हाला सदैव सहकार्य मिळेल.

तुमच्या मनातील प्रतिमा बदलत राहण्याची शक्यता आहे. तुमच्या अंतःस्थ प्रबळ इच्छा उफाळून वर येतील व नव्या प्रतिमा तयार होतील. तुमच्या जाणिवेतील विचारही बदलू शकतात. मग कोणत्या प्रतिमा प्रत्यक्षात उतरतील? ज्या अधिक शक्तिशाली असतील त्या ! कधी कधी कार्यभाग साधण्यास खूप वेळ लोटेल तर कधी

थोड्या वेळात साध्य होईल. निसर्गाच्या नियमाप्रमाणे काळ चालतो. ज्यांचे विचार सुस्पष्ट, स्वच्छ आहेत, ज्यांचे मनही स्वच्छ, पवित्र आहे अशा लोकांनी जाणीवपूर्वक विचार केल्यास, त्यांच्या मनातील इच्छा चटकन् पूर्ण होतात. त्यांची मनःशक्ती अतिशय बलवान असते.

आपले मन ताणतणावाने भरलेले असेल, तर आपली कल्पनाशक्ती काम करू शकणार नाही. तुमच्यावरील ताणांमुळे या प्रतिमा अपूर्ण अथवा दोषपूर्ण असतील.

तुमच्याकडे आहे त्यापेक्षा अधिक देण्याची परमेश्वराची नेहमीच इच्छा असते; कारण प्रमुख दाता तोच आहे, यावर विश्वास ठेवा.

यशाबद्दल परमेश्वराच्या प्रतिमा असतात त्याबद्दल उद्धृत केलेले हे शब्द : – ''ईश्वरी यशाची प्रतिमा आता माझ्यासाठी प्रकट होत आहे. त्याचे कार्य सुरू होऊ दे. आपल्याला हवे त्यापेक्षा वेगळ्या प्रकारे हे यश प्रकट झाले, तर निराश होऊ नका. अपेक्षाभंग होऊ देऊ नका. ईश्वराने दिलेली यशाची प्रतिमा ही तुमच्यासाठी परिपूर्ण व समाधानकारक असते.''

योगशास्त्रात जे प्राणायामाचे प्रकार सांगितले आहेत त्यांपैकी 'कपालभाती' (पोटातील स्नायू भात्याप्रमाणे आत ओढणे व सोडणे) हा प्रकार केल्याने जे अनेक फायदे होतात त्यांपैकी एक म्हणजे मनाची संदिग्धता दूर होते. मनातील विचार, प्रतिमा, कल्पना सर्व स्पष्ट होतात व यशाकडे जाणारा मार्ग हलके हलके आपल्याला दिसू लागतो. करून पाहा.

भावावस्थेचे व्यवस्थापन

आपले वर्तन हे यशाकडे नेणारे महत्त्वाचे साधन आहे. तुमचे वर्तन प्रामाणिक, स्वच्छ, मृदू, सौम्य, विपुल, ममतापूर्ण, स्नेहपूर्ण, आनंदी, उत्साही आणि धीट असावे. आपला मूड (म्हणजे भावावस्था) कधी चांगल्या वरच्या पातळीवर तर कधी खालच्या पातळीवर असतो. थंड वाऱ्याची झुळूक आपल्याला कधी आनंददायी वाटते तर तीच झुळूक आपल्याला कधी कधी वैताग आणते. वाऱ्याची झुळूक तीच असते; पण आपली प्रतिक्रिया वेगवेगळी असते. असे का घडते? कारण आपली मनःस्थिती बदलत असते. आपली मनःस्थिती अनेक ज्ञात, अज्ञात, स्पष्ट, अस्पष्ट अशा प्रभावांमुळे बनत असते. आपल्याला त्यावर नियंत्रण ठेवायला हवे.

एकटेपणा, कंटाळा, खिन्नपणा अशा आपल्या नेहमीच्या वेगवेगळ्या भावावस्थांचे नियोजन करणे गरजेचे आहे. या सर्व भावावस्था एकमेकांवरही परिणाम करतात. ह्या सर्व भावावस्था यशस्वीपणे कशा हाताळता येतील ते पाहूया.

१) बोअर होणे म्हणजेच कंटाळा येणे –

आधुनिक आयुष्यातील ही एक नवी व्याधी आहे. २० व्या व २१ व्या शतकातील हा नवा शहरी आजार आहे. अगदी ३–४ वर्षांच्या लहान मुलांपासून ते ७८–८० वर्षांच्या वयोवृद्धांपर्यंत सर्वांच्या तोंडून आपण, ''मी आता बोअर झालो (झाले)'' हे शब्द सर्रास ऐकतो. खरे म्हणजे हल्लीच्या काळात कंटाळा न येण्यासाठी कितीतरी नवी आकर्षक साधने आहेत. रेडिओ, दूरदर्शन, सिनेमा, व्हिडिओ गेम्स, इंटरनेटवर चॅटिंग असे अनेक करमणुकीचे प्रकार आहेत. तरी पण माणसाला रिकामे, मोकळे, कंटाळवाणे वाटते. ''आयुष्य कंटाळवाणे आहे,'' ''तू महा बोअर आहेस'', ''मी आता काय करू? फार बोअर झालो आहे'' अशी विधाने आपण सतत ऐकतो.

मनात 'कंटाळ्याची' भावावस्था उत्पन्न होण्यास अनेक गोष्टी कारणीभूत आहेत.

१) वरवरचे जगणे.

२) पुरेशा क्रियाशीलतेचा अभाव.

३) आयुष्यातील छोट्या छोट्या गोष्टीतील आनंद घेण्याची अक्षमता.

४) आपल्याला आवडत नसलेल्या गोष्टी करणे भाग पडल्यास.

५) इतर माणसांशी मर्यादित संबंध.

१) वरवरचे जगणे –

ओशो याला "First layer of personality" म्हणजे 'व्यक्तिमत्त्वाचा पहिला थर' असे संबोधतात. याबद्दल त्यांनी एका सुंदर काव्यात स्पष्टीकरण दिले आहे.

या थरावर राहणाऱ्यांचे सामाजिक रीतीरिवाज गोठून गेलेले असतात. त्यापलीकडे ते जात नाहीत. शिष्टाचार, वागण्याची पद्धत, शब्द, बोलणे सर्व काही वरवर.

''ते बोलतात, पण संपर्क साधण्यासाठी नव्हे.
ते बोलतात, पण व्यक्त करणे टाळण्यासाठी
ते बोलतात, पेचात आणणारी परिस्थिती टाळण्यासाठी
अचानक कोणाशी गाठ पडते तेव्हा
ते स्वतःला बंद करून घेतात.
खरे म्हणजे ही माणसे मृत आहेत.''

ही माणसे मृत का वाटतात ह्याचे कारणही ओशोने स्वतःच सांगितले आहे.

''हा माणूस अनारोग्यदायी असतो.
हसणे – काहीच अर्थ नाही.
स्मितहास्य – यालाही अर्थ नाही.
याच्या दृष्टीने कशातच काही अर्थ नाही.

त्याचे संपूर्ण आयुष्य जणू एक प्रदर्शन असते.
तो कशातच आनंद घेऊ शकत नाही.''

२) पुरेशा कामाचा अभाव –

आपण जी निरनिराळी कामे करतो, त्यांत तोल सांभाळला जात नाही. एकाच बिंदूवर अथवा कामावर लक्ष केंद्रित झाले की मग आपण आपले छंद व इतर आवडीच्या उपक्रमांपासून दूर ढकलले जातो. उदा. आपल्याला आपल्या मित्राकडे जाऊन गप्पा मारायला आवडते; पण आपण आपल्या व्यवसायाच्या कामात इतके व्यस्त असतो की, आपल्याला तसे करणे शक्य होत नाही; मग आपण अस्वस्थ होतो आणि आपल्याला कंटाळल्यासारखे वाटते.

आपल्याला 'थिएटर' मध्ये रुची आहे; पण आपल्याकडे त्यासाठी वेळही नाही आणि उत्साहही नाही. आपल्याला आपल्या चरितार्थाचे साधन हे अधिक महत्त्वाचे असते. सध्याच्या जगात जीवघेणी स्पर्धा आहे. या स्पर्धेत टिकून राहणे हे अधिक महत्त्वाचे आहे. म्हणूनच 'खूप परिश्रम करा' व 'सुटीच्या दिवशी मौजमजा करा.' अशी प्रवृत्ती झाली आहे. मौजमजा म्हणजे काय तर, डिस्कोला जा, हायफाय पार्टीजूना जा, रात्री उशिरापर्यंत जागा वगैरे. या सर्व तात्पुरत्या उद्दीपित करणाऱ्या गोष्टी आहेत. दुसऱ्या दिवशी मरगळल्यासारखे वाटते आणि मग कंटाळा येतो.

३) आयुष्यातील छोट्या छोट्या गोष्टींत आनंद घेण्यास असमर्थ –

फुलदाणीत फुले रचताना तुम्हाला आनंद वाटतो का? समुद्राकाठी फिरताना शंखशिंपले गोळा करण्याचा आनंद तुम्ही घेता का? नदीकाठी बसून आपल्या जवळच्या प्रेमाच्या व्यक्तीसोबत आइसक्रीम खाण्यात काय आनंद असतो, तो तुम्ही उपभोगता आहात का? लहान मुलांबरोबर खेळताना, हसतानाचा, आनंद तुम्हाला आवडतो का? अशा कितीतरी छोट्या छोट्या आनंद देणाऱ्या गोष्टी असतात. त्यात रुची घ्यायला शिका; नाहीतर आयुष्यातील ह्या कितीतरी सुंदर क्षणांना तुम्ही मुकाल. हेच क्षण तुमचे आयुष्य आल्हाददायक बनवत असतात.

४) तुम्हाला न आवडणाऱ्या गोष्टी कराव्या लागल्यास –

प्रत्येक माणूस वेगळ्या साचात घडवलेला असतो. प्रत्येकाच्या आवडी-निवडी वेगळ्या असतात. एखाद्याला साहित्यात, काव्यात रुची असते. त्याला त्याच्या वडिलांनी बळजबरीने डॉक्टर वा इंजिनिअर होण्यास भाग पाडले तर ! त्याला नक्कीच कंटाळवाणे वाटेल. तो बळजबरीनेच ते काम करेल. त्यात त्याला आनंद वाटणार नाही. अनेकांना परिस्थितीमुळे नको त्या गोष्टी कराव्या लागतात. हे असुखकारक असते.

आपणा सर्वांना अनुभवाने माहीत आहे की आपल्या आवडीचे काम करण्यात आपल्याला नेहमी आनंद व उत्साह वाटतो; न आवडणारे काम करताना आपण बोअर होतो.

५) इतरांशी मर्यादित संबंध –

इतरांशी संबंध कसे व किती ठेवावेत याबद्दल प्रत्येकाचा एक दृष्टिकोन असतो. काहींना मी, माझा नवरा, माझी बायको, मुले एवढ्यांशीच संबंध ठेवायला आवडते; तर काहींना आपल्या रक्ताच्या नात्याची मंडळी व थोडी मित्रमंडळी इतक्या लोकांशी संबंध ठेवायला आवडते. ह्या मंडळींचे इतरांशी संबंध मर्यादित असतात. काही काळानंतर हे संबंध काहीसे कमी, अस्पष्ट होतात. त्यांच्यातील देवाण-घेवाण कमी होण्याची शक्यता असते. पुष्कळदा नातेवाईक दूर राहात असल्याने, किंवा आपल्याकडे पुरेसा वेळ नसल्याने आपण त्यांना दुरावत जातो. 'एकटेपणा' आवडणे ही एक गोष्ट; पण दुसऱ्यापासून तोडून अलग पडणे ही दुसरी गोष्ट !

बोअर होण्यावर मात करण्यासाठी साधे, सोपे उपाय

सतत काहीतरी सनसनाटी घडवणे किंवा सतत कामात मग्न राहणे हा काही नक्कीच योग्य उपाय नाही. याबाबत अधिक खोलवर विचार व्हायला हवा.

१) तुम्ही जे काही करता त्यात रस घ्या –

एखाद्याला आपण विचारलेला एक साधा प्रश्न – 'कसे आहात तुम्ही?' हा प्रश्न अर्थपूर्ण असू द्या. केवळ औपचारिकता नको. अगदी मनापासून विचारा, म्हणजे पाहा किती प्रेमाने त्याचे उत्तर येईल. हे अभिवादन माणसामाणसांत असू दे. एका यंत्रमानवाने दुसऱ्या यंत्रमानवाला केलेले अभिवादन असू नये.

२) जे काम तुम्ही करता त्यात आनंद घ्या –

कपभर कॉफी बनवण्याचे साधे काम असू दे अथवा घर आवरण्याचे रटाळ काम असू दे, ते मन लावून आनंदाने करावे. घरची स्त्री जेव्हा एखादा पदार्थ बनवते तेव्हा ते काम ती मनापासून करते. तो पदार्थ घरातील सर्वांनी आवडीने खावा असे तिला मनापासून वाटते. इतर साहित्याबरोबर त्या पदार्थात ती आपले प्रेमपण घालते. सर्वांनी तो पदार्थ नावाजत, तिचे कौतुक करत खाल्ला की तिच्या कामाचे सार्थक झाल्यासारखे तिला वाटते. ते क्षण आनंदाचे असतात. घर आवरताना अनावश्यक, नको त्या गोष्टी फेकून, बाकी सर्व नीट लावून ठेवताना शरीराबरोबर आपले मनही त्यात गुंतलेले असते. सर्व आवरून नीट लावल्यावर घर स्वच्छ, सुंदर दिसते, ते पाहून नक्कीच आनंद वाटेल.

३) जीवनात वैविध्य आणण्याचा प्रयत्न करा –

आपले रोजचे जीवन एकसुरी असते. त्याच त्याच गोष्टी आपण सतत करत असतो म्हणून बोअर होतो. थोडा बदल म्हणून कधीतरी अनपेक्षित भेटींना जा, गाण्याला जा, भजनाच्या कार्यक्रमाला जा किंवा रोजच्या ठरावीक गोष्टी जरा बदला. नेहमीपेक्षा वेगळे कार्यक्रम दूरदर्शनवर पाहा. रेडिओ ऐका.

स्वामी हर्षानंदांच्या मते, प्रत्येकाने कलेचा आस्वाद घेण्यास शिकावे. चांगले संगीत, नृत्य अथवा नाटक, चित्रकला यांचा आस्वाद घेण्याची क्षमता स्वतःमध्ये निर्माण करावी. नुसते ऐकणे, पाहणे नव्हे तर मनापासून रुची घेऊन रसग्रहण करावे, शक्य तर सहभागी व्हावे. त्याचा आनंद लुटावा.

४) परस्पर देवाणघेवाण करण्यासाठी आपला एक गट निर्माण करा –

इंटरनेटवर चॅटिंग करणे अथवा विनोद पाठवणे हे केवळ वेळ घालवण्याचे साधन आहे. प्रत्यक्ष देवाण–घेवाणीसाठी आपला एक गट असायला हवा. छोटा गट असला तरी हरकत नाही. त्यात सहभाग हवा. एकमेकांना भेटून चर्चा, हास्यविनोद करून आनंद मिळावा.

याखेरीज तुम्ही एखाद्या संस्थेचे सभासद होऊ शकता; अशा संस्थांमध्ये काही ना काही मदतकार्य तुम्ही करू शकता. जसजसे वय वाढेल व तुम्ही वृद्धत्वाकडे जाल तोपर्यंत तुम्ही आपले जीवन नदीप्रमाणे विशाल करा. नदीला अनेक उपनद्या मिळतात व नदीचे पात्र अधिकाधिक विस्तृत होत जाते. तुमचे जीवनही तसेच असावे.

५) रोजच्या जीवनात काहीतरी वेगळेपणा आणण्याचा प्रयत्न करा –

घरातील फर्निचरची मांडणी बदला. घरात थोडा निसर्ग आणा. छोट्या कुंड्यांतून झाडे लावा, फुलदाणीत फुले ठेवा. पाहा तुम्हाला किती प्रसन्न वाटेल ! निसर्गात अतींद्रियशक्ती असते. निसर्गाशी नाते जोडा. निसर्गाच्या सान्निध्यात झाडाखाली बसले असताना एक सफरचंद खाली पडले आणि न्यूटनचे विचारचक्र सुरू होऊन त्याने गुरुत्वाकर्षणाचा सिद्धान्त मांडला. एक सुंदर शिला दृष्टीस पडली आणि मायकेल अँजेलोला स्फूर्ती येऊन त्याने जगातील सर्वांत सुंदर मानवाचे शिल्प बनवले. पाण्यावर परावर्तित होणारे सूर्याचे किरण पाहून व्हॅन गॉग जगातील अत्यंत सुंदर चित्र रंगवतो. निसर्गाच्या सान्निध्यात गेलात की तुमच्या रोजच्या रटाळ जीवनात नक्कीच वेगळेपण येईल.

६) काहीतरी वेगळा, असाधारण छंद जोपासा –

नाटक, सिनेमात वापरले गेलेले आगळेवेगळे पोशाख जमवण्याचा खर्चीक छंद

असू द्या अथवा शंखशिंपले गोळा करण्याचा बिनखर्चाचा छंद असू द्या, काहीतरी नवा छंद असू द्या. माझी मैत्रीण वेगवेगळ्या फुलांच्या पाकळ्या गोळा करते. मी तर शेवाळे गोळा करते आणि नंतर ते पुन्हा झाडांनाच लावते. शेवाळे शोधणे आणि गोळा करणे यांत मला खूप मजा वाटते.

७) मरगळलेल्या मनाला बंधमुक्त करा – नव्या वाटा शोधा –

पिकनिकसाठी नव्या अनोख्या जागा शोधून काढा. डोंगरावर फिरायला जा. नव्या रेस्टॉरंटला जाऊन कधी न चाखलेले पदार्थ चाखून पाहा. नवे मित्र जोडा, नवी पुस्तके वाचा. काहीतरी नवे वेगळे करून पाहा. तुम्हाला माहीत नसलेल्या अनेक गोष्टी तुमची वाट पाहात आहेत.

२) एकटेपणा

एकटेपणाची अथवा आपण एकाकी असण्याची भावना येण्यास अनेक गोष्टी कारणीभूत आहेत.

१) नातेसंबंध तुटणे.
२) कुटुंबातील संघर्ष.
३) नोकरी, व्यवसायामुळे घरापासून दूर राहावे लागणे.
४) जवळच्या नातेवाइकाचा अथवा मित्राचा मृत्यू.
५) दीर्घ आजारपण, बिछान्यास खिळून राहण्याची अवस्था.
६) सामाजिक, शारीरिक, मानसिक, आध्यात्मिक जीवनापासून फारकत.

एकटेपणाची भावना येण्यामागे कोणतेही कारण असले तरी इच्छा असल्यास, थोड्या प्रयत्नाने या एकटेपणावर मात करणे शक्य आहे. आपल्या जीवनात तीन प्रकारच्या संबंधांची गरज असते. आपला समाज, आपले कुटुंब, मित्र, शेजारी आणि विस्तृत स्वरूपात आपला देश ! समाजात माणसे एकमेकांना बांधलेली असतात. सामाजिक बांधिलकी मजबूत असते. कौटुंबिक बंधही घट्ट असायला हवेत.

दुसरा संबंध हा आपल्या स्वतःशी असतो. आपण दोन स्तरांवर जगत असतो. अंत:स्थ आणि बहि:स्थ ! आपल्या या दोन 'स्व' मध्ये मेळ जमवायला हवा. थोडे चिंतन, मनन, योग यांच्या साहाय्याने ते सहज शक्य होते.

आपला तिसरा संबंध निसर्गाशी आणि विश्वाशी असतो. निसर्गाशी नाते जोडा. निसर्गातूनच तुमचाही जन्म असतो. या विश्वाचा तुम्ही एक चिमुकला का होईना पण भाग आहात. या विश्वापासून, निसर्गापासून तुम्ही स्वतःला अलग करू शकत नाही. तुम्ही एकटे नाहीच आहात, सारे विश्व तुमच्याबरोबर आहे ही भावना बाळगा.

कोणतेही नाते टिकविण्यासाठी आदान-प्रदानाचे प्रमाण नीट असायला हवे. आपल्या जीवनात आपण सदैव काही ना काही भरत राहायला हवे म्हणजे जीवन परिपूर्ण व नातेसंबंध नीट राहतील.

एकटेपणा घालवण्यासाठी साधे सोपे सात उपाय सुचवत आहे.

१) रोटरी, लायन्स, जायंट्स अशा एखाद्या स्वयंसेवी संस्थेचे सदस्य व्हा. संस्थेत तुमच्या अनेक नव्या ओळखी होतील. त्यांच्या कार्यात सहभागी होता येईल. ज्येष्ठ नागरिक संघाचे अथवा युवक संघाचे सदस्य व्हा. तुम्ही कोणत्या ना कोणत्या तरी संस्थेचे सदस्य झालात तर तुम्हाला कधीच एकटेपणा जाणवणार नाही.

२) निसर्गाशी नाते जोडा. झाडे लावा. त्यांना जोपासा. हवे तर त्यांच्याशी प्रेमाने बोला. त्यांना बहरताना पाहा. ही झाडे जणू तुमच्या कुटुंबातीलच सदस्य बनतील. तुम्हाला प्राण्यांची आवड असेल तर एखादा प्राणी पाळा. त्याची तुम्हाला खूप सोबत वाटेल.

३) आपल्या नातेवाइकांचे, मित्रमैत्रिणींचे वाढदिवस लिहून ठेवा. त्यांना शुभेच्छा पाठवा. या तुमच्या कृतीने त्यांच्याशी मैत्रीचे, प्रेमाचे संबंध वाढतील. त्यांच्या व तुमच्याही आनंदात भर पडेल. त्यांच्याशी तुमचा संपर्क वाढत जाईल.

४) आपल्या अवतीभोवती सौंदर्य वाढवा. घरातील एकसुरीपणा जाण्यासाठी काही बदल करा. झाडाफुलांची मांडणी करा. रिकाम्या बाटल्या फेकून न देता त्यात मनीप्लांट अथवा एखादी वेल लावा. हा छंद तुमचा एकटेपणा नक्की घालवेल.

५) मन व्यग्र राहील असा एखादा छंद जोपासा. वर्तमानपत्रातील कोडी सोडवा, पत्ते खेळा, कोणती तरी गोष्ट जमवण्याचा छंद ठेवा. चित्रे रंगवा, गाण्यात रुची घ्या.

६) सिनेमा थेरपीचा वापर करा. जेव्हा एकटे वाटते तेव्हा एखादा हलकाफुलका विनोदी सिनेमा पाहायला जा.

७) सत्संग, गीतेचे अभ्यास वर्ग, आर्ट ऑफ लिव्हिंग, सत्य साई सेवा समिती अशा असंख्य संस्था आहेत, जिथे जाऊन तुम्ही तुमचे एकटेपण दूर करू शकता.

कुठेतरी तुमचे बंध निर्माण झाले, कुठेतरी बांधिलकी निर्माण झाली, कुठल्या तरी गटाशी वा संस्थेशी तुम्ही जोडले गेलात की, तुमचे एकटेपण नाहीसे झालेच म्हणून समजा. त्या दृष्टीने प्रयत्न करा.

खिन्नता (डिप्रेशन)

तुम्हाला खिन्नावस्था आली आहे ? चिडचिड वाटते आहे? नकारात्मक विचारांनी मन भरले आहे? या सगळ्यावर मात करण्यासाठी प्रथम या खिन्नावस्थेची कारणे शोधायला हवीत.

१) खिन्नतेचे कारण अनेकदा शारीरिक असू शकते. रजोनिवृत्तीच्या काळात शरीरात होणाऱ्या रासायनिक बदलांमुळे अनेक स्त्रियांना अशी खिन्नावस्था येते.

२) खिन्नतेचे कारण भावनिकही असू शकते. भावनिक जीवन जर आनंददायी नसेल तर खिन्नता येते. उदा. प्रेमाचा अभाव, आपण कुणालाच नको आहोत अशी भावना, नातेसंबंधात बिघाड.

३) खिन्नतेचे कारण मानसिक असू शकते. ताठर वृत्तीमुळे, नवे बदल, नवी परिस्थिती स्वीकारली जात नाही तेव्हा; अतिसंवेदनशील आणि अतिभावनाप्रधान असल्यास उगीचच खिन्नता येते.

डिप्रेशन किंवा अतिखिन्न अवस्थेत माणूस स्वतःच्या कोशात जातो. तेथून बाहेर पडणे फार कठीण जाते. त्यासाठी बाह्य मदतीची गरज असते. जवळचा नातेवाईक, मित्र, आध्यात्मिक गुरू, मानसशास्त्रज्ञ अशा कोणाची तरी मदत घ्यावी लागते.

खिन्नता घालवण्यासाठी काही उपाय –

१) सूर्यशक्ती –

सूर्यशक्तीचा वापर करा. आपल्या प्राचीन परंपरेनुसार सूर्यदेवाला नमस्कार करून त्याचा आशीर्वाद घेण्याची प्रथा चालत आलेली आहे. आजच्या आधुनिक भाषेत सांगायचे तर सूर्यशक्तीचा म्हणजेच सूर्याच्या ऊर्जेचा उपयोग करून घ्या. पहाटे सूर्योदयाच्या वेळी सूर्याची किरणे अंगावर घ्या. मात्र सूर्याकडे थेट पाहू नका. सूर्याला 'अर्घ्य' द्या. ही छोटीशी गोष्ट आहे; पण खरोखरच याचा चांगला उपयोग होतो असे अनेकांनी अनुभवाने सांगितले आहे. तुमची स्वतःच्या ऊर्जेची शक्ती वाढते.

२) काहीतरी कार्य करत राहा –

काहीतरी विधायक, उपयुक्त कार्य करत राहा. कामात मग्न असणे फार उपयोगी पडते. त्यात उपचारशक्ती मिळते. तुमचे विचार एका ठिकाणी एकाग्र झाले की, तुमची खिन्न अवस्था तुम्ही विसराल. तुमच्या दिवसभराची नीट आखणी करा. मन रिकामे राहू देऊ नका.

३) स्वतःच स्वतःचा आरसा बना –

मी कधी नैराश्य येऊ देत नाही
की कधी धीर सोडत नाही
ज्या दिवशी आकाश निरभ्र असेल
तेव्हा माझे तारू नक्की मार्गाला लागेल.

– रॉबर्ट बॅरी कॉफिन

स्वतःशी बोला. तुम्हाला निराश, खिन्न का वाटते याचे कारण स्वतःलाच विचारा. वैफल्य ? नैराश्य ? कशामुळे ? नाकारलेला स्वीकार ? आयुष्यातील पोकळी ? नोकरी सुटणे ? जवळच्या माणसाचा मृत्यू ?

एकदा का कारण समजले, म्हणजे उपचार शोधणे सोपे जाईल. स्वतःशीच बोलून मनातील जळमटे दूर करा. असुरक्षिततेची भावना, आपण दुसऱ्यांना नकोसे वाटतो ही भावना, ''माझे नशीबच वाईट आहे'' अशी भावना – या सर्वांतून प्रयत्नपूर्वक बाहेर पडायला हवे.

स्वतःबद्दल विचार करा. स्वतःचे प्रतिबिंब आरशात पाहा. दुसऱ्याच्या दृष्टिकोनातून स्वतःला जोखून पाहा. स्वतःचे प्रतिबिंब कुरूप वाटल्यास, त्याला सौंदर्य देण्याचा प्रयत्न करा. त्यासाठी छंद, संगीत, ध्यान, अध्यात्म कशाची तरी मदत घ्या.

४) दुसऱ्यासाठी काही तरी करा –

एक वयस्क बाई एकटीच रहात होती. तिचे आयुष्य कंटाळवाणेच होते. पण तिने कधी तक्रार केली नाही की, ती कधी निराश, खिन्न झाली नाही. तिने आपला रिकामा वेळ बेबीसेट्स विणण्यात, वाढदिवसाचे केक, कलाकुसरीचे रुमाल बनवण्यात घालवण्यास सुरुवात केली. या वस्तू ती सणासुदीला, बारशाला, वाढदिवसाला शेजाऱ्यापाजाऱ्यांना भेट देत असे. तिला स्वतःचे कुणी नातेवाईक नव्हते. पण इतरांसाठी काही ना काही करण्यात तिला खूप आनंद मिळत होता. सर्व शेजारीपाजारी तिच्यावर मनापासून प्रेम करीत असत. स्वतःचा रिकामा वेळ ती असा 'आनंद व सौख्य' पसरवण्यासाठी उपयोगात आणत होती.

दुसरी एखादी बाई म्हणाली, ''दुसऱ्यांसाठी काही तरी करा असे म्हणणे सोपे आहे. वेळ पडेल तेव्हा माझ्या कोणी उपयोगी पडेल का ? शिवाय इतरांसाठी भेटवस्तू वगैरे बनवण्यासाठी माझ्याकडे पैसे नसतात; आणि वेळही नसतो.'' काही हरकत नाही. आपल्या आसपास अनेक मंडळी असतात. त्यांना भेटवस्तूंची गरज नसते. तर 'प्रेमाचे चार शब्द', 'सांत्वनाचे चार शब्द' याची गरज असते. कुणी आजारी असेल, किंवा काही दुःखात असेल तर त्यांच्याशी गोड बोलून त्यांना आनंदाचे काही क्षण तुम्ही देऊ शकाल. दुसऱ्याला थोडे हास्य व गोड शब्द देण्यास तर काही पैसे पडत नाहीत.

५) तुम्हाला मिळालेले वरदान मोजा –

असे सांगणे थोडे रटाळ व नावीन्य नसलेले वाटेल; पण आपल्याला मिळालेल्या वरदानांचा, चांगल्या गोष्टींचा आपण आढावा घेतल्यास सकारात्मक विचार करण्यास त्याचा उपयोग होईल. आपल्या आयुष्यात, जीवनात काय काय चांगल्या गोष्टी आपल्याला मिळाल्या आहेत ते लिहून काढा. दुसऱ्या कागदावर तुमच्या इच्छेप्रमाणे

काय काय तुम्हाला मिळाले नाही याची यादी करा. त्यावर स्वतःच विचार करा. पुढील गोष्ट आठवून पाहा.

“ माझ्याकडे बूट नव्हते म्हणून मी कुरकुरलो.
मग मला एक माणूस भेटला
त्याला पायच नव्हते.”

दुसरी एक प्रसिद्ध गोष्ट आहे–

एका श्रीमंत बापाच्या मुलीला एका मध्यमवर्गीय मुलाशी लग्न करावयाचे होते. “त्या तरुणाला सांग की तुला मागणी घालण्यापूर्वी भरपूर संपत्ती, ऐश्वर्य मिळवं” असे बापाने तिला सांगितले. काही दिवसांनंतर त्या मुलीने आपल्या प्रियकराकडून एक चिठ्ठी आणून आपल्या वडिलांना दिली. त्यात लिहिले होते, “माझ्याकडे दोन लाख आहेत.” मुलीच्या वडिलांना खूप आनंद झाला. ते त्या तरुणाला भेटले. सहज त्यांनी त्याला त्याच्या संपत्तीबद्दल विचारले. तेव्हा तो म्हणाला, “माझ्याकडे लाख मोलाच्या दोन गोष्टी आहेत.”

“कोणत्या?” बापाने अत्यंत उत्सुकतेने विचारले.

“माझे दोन डोळे” तो उत्तरला. हे उत्तर ऐकून त्या मुलीच्या बापाला अत्यंत राग आला.

“त्यांना तू लाख मोलाचे म्हणतोस?”

“कदाचित कितीतरी अधिक किंमत आहे त्यांची. तुम्हाला दोन लाख दिले तर तुम्ही तुमचे डोळे द्याल का ?”

“छे ! छे ! ते कसे शक्य आहे” बाप म्हणाला.

“अगदी बरोबर. मला दोन चांगले डोळे आहेत.

सुदृढ अवयव आहेत. सुदृढ मेंदू आहे. या सर्वांची किंमत करोडोतही होणार नाही. सारे अमूल्य आहे.”

खरेच ! त्याच्या बोलण्यात केवढे सत्य भरले आहे ! तुम्ही धडधाकट, सुदृढ आहात, हेच केवढे मोठे वरदान आहे याची जाणीव असू द्या !

६) जीवनाच्या मुख्य प्रवाहात शिरा –

नुसते कुढत बसू नका. गतिहीन राहण्याने खिन्नता वाढते. उठा ! बाहेर पडा – फिरायला जा. वाटेत कुणी ना कुणी मित्रमंडळी भेटतील. ग्रंथालयात जा, ओळखी वाढवा. सुस्तपणा घालवा. एकटे बसून राहण्याने खिन्नावस्था वाढते. उदास वाटू लागते. कुठेही जा – माणसांत मिसळा – एकटे बसून राहू नका.

७) 'योग' करून पाहा –

योगशिक्षिका डॉ. संध्या पिटके म्हणतात, ''आपल्यात असणारे न्यूनगंड व श्रेष्ठगुण यांचे व्यवस्थापन नीट न होण्याचा परिणाम म्हणजे खिन्न, उदास वाटणे, डिप्रेशन येणे. आपल्यात काहीतरी कमी आहे अशी भावना असणाऱ्यांनी त्या परमश्रेष्ठ ऊर्जेला, परमेश्वराला शरण जावे. योगाचा अभ्यास करण्याने ते शक्य होईल. आपल्यातील न्यूनगंडाची भावना कमी होईल.''

८) निसर्गाचे अस्तित्व जाणा –

तुमच्या जीवनात अंधार भरला आहे, असे तुम्हाला वाटत असेल तर निसर्गाकडे वळा. तेथे सौंदर्य आहे. प्रकाश आहे.

एक सुरेख कथा नुकतीच वाचनात आली. एक मुलगी आपल्या आईपाशी कुरकुरली की, ती चालताना तिच्यासमोर सतत सावली असते. अंधार असतो. तिची आई शांतपणे तिला म्हणाली, ''तू स्वतःचीच सावली तुझ्यापुढे पाहते आहेस कारण सूर्य तुझ्या पाठीमागे आहे. तू सूर्याकडे पाठ करून चालत आहेस. सूर्याकडे तोंड करून चाल, तुझ्यापुढील सावली, अंधार सर्व दूर होईल.''

किती खरे आहे ! आपण सूर्याकडे म्हणजेच निसर्गातील, विश्वातील ऊर्जेकडे पाठ फिरवल्यामुळेच आपल्यापुढे भीतिदायक सावल्या उभ्या राहतात.

भीती

आपण जन्मापासून मनात भीती बाळगूनच जगत असतो. तसेच भीती मनात ठेवून मरतो. आपल्या मनात असंख्य प्रकारचे भय असते. अपघाताची भीती, अपयशाची भीती, असाध्य रोग होण्याची भीती, जवळच्या माणसाच्या मृत्यूची भीती, एकटे पडण्याची भीती, मृत्यूची भीती, काहींना उंचीची तर काहींना अंधाराची भीती. ज्ञात आणि अज्ञात अशा अनेक प्रकारचे भय वाटत असते. भीतीने मन बधिर होते. मेंदू गोठतो, शरीरात धडकी भरते, छाती धडधडते, रक्ताभिसरणावर परिणाम होतो, भयगंड निर्माण होतो, मानसिक तोल जातो, वर्तन बेजबाबदार होते.

आपल्या प्राचीन ग्रंथात, सामवेदात 'माणसाने निर्भय असावे' असेच सांगितले आहे.

हे तेजस्वी सर्वश्रेष्ठ परमेश्वरा,
तुझ्या साथीमुळे
आमचे जीवन निर्भय होऊ दे !
तू अजिंक्य दुर्जय आहेस,

आम्ही तुझी प्रशंसा करतो
तुला आमची प्रार्थना अर्पण करतो.

– सामवेद ८२८

भीती म्हणजे आपल्या संपूर्ण देहात, मनात भिनणारे विष आहे. मनःशांती ढळते. मन संवेदनशील बनते.

भीतीपासून आपण आपली सुटका कशी करू शकतो?

१) मानसशास्त्रज्ञ सांगतात – उद्दीपित करणाऱ्या बाह्य गोष्टी अचेतन करा.

२) संतमंडळी सांगतात – देवापुढे दिवा लावा, मंत्र म्हणा, ध्यान करा, परमेश्वराला शरण जा.

३) काही इतर सांगतात – तुम्हाला ज्याची भीती वाटते त्याच्याशीच मैत्रीचे संबंध ठेवा. जवळिकीमुळे भीती दूर होईल.

४) बुद्धतत्त्वाचे अनुसरण करा. तुम्हाला कशाची व का भीती वाटते त्याचा मागोवा घ्या. कारण समजल्यावर त्यावर मात करणे सोपे जाईल.

५) भीतीवर उत्तम उतारा म्हणजे 'प्रेम'. प्रेमात भीतीचा लवलेशही नसतो. प्रेम सकारात्मक आहे. भीती नकारात्मक आहे. रंगमंचावर जाऊन भाषण देण्याची भीती वाटत असेल तर श्रोत्यांकडे प्रेमभावाने बघा. तुमची भीती नक्की कमी होईल.

रंगमंचावर जाण्यापूर्वी पुढील प्रकारे विचार करा –

१) मी तुमच्यातीलच एक आहे. चूक झाल्यास तुम्ही क्षमा करालच.

२) हा विषय माझ्या अत्यंत आवडीचा आहे. म्हणूनच या विषयावरील माझे विचार मी इतरांना सांगू इच्छितो.

३) अत्यंत शांतपणे आपण भाषण देत आहोत, असेच स्वतःचे चित्र डोळ्यासमोर ठेवा.

४) दीर्घश्वास घ्या, शरीर सैल सोडा, घोटभर पाणी प्या आणि शांतपणे भाषण सुरू करा.

५) भाषण सुरू करण्यापूर्वी मनात एखादी प्रार्थना म्हणा व देवाचे आशीर्वाद घ्या. अन्तःस्थ शक्ती प्राप्त होईल.

६) भाषण यशस्वी होईलच, अशी खात्री बाळगा.

७) तुमचा तसा विश्वास असेल तर आपल्याला भाग्यदायक ठरणारी एखादी वस्तू जवळ बाळगा.

हे सर्व एका प्रकारच्या भीतीबद्दल सांगितले आहे. वेगवेगळ्या प्रकारची 'भीती' असते, त्यासाठी अनेक वेगवेगळे उपाय असतात.

अमेरिकेचे माजी राष्ट्राध्यक्ष एलेनॉर रुझवेल्ट यांनी लिहिले आहे –

आपल्याला येणाऱ्या प्रत्येक अनुभवातून
आपण शक्ती, निर्भयता आणि
आत्मविश्वास मिळवत असतो.
'भीती'ला सामोरे जाण्यास तयार होतो.
तुम्ही स्वतःशी म्हणू शकता –
"एका भीषण, भयप्रद प्रसंगातून
मी व्यवस्थित बाहेर पडलो आहे.
आता अशा दुसऱ्या प्रसंगाशी झुंज
देण्यास मी तयार आहे."

आव्हान स्वीकारा, आव्हान स्वीकारून भयमुक्त झालेल्या काही स्त्रियांबद्दल लिहीत आहे.

१) भारती धोतरेला पाण्याची फार भीती वाटे.

निर्धाराने ती पोहण्यास शिकली. प्रबळ इच्छाशक्तीच्या जोरावर, तिने या भीतीवर मात केली.

कधी कधी 'भीती' काल्पनिक असते. एकदा का पोहण्यासाठी पाण्यात उतरले की हे पाणी इतर पाण्याप्रमाणेच आहे हे लक्षात येते व हळूहळू भीती नष्ट होते.

२) नीता आगरवालला गाडी चालवण्याची फार भीती वाटे. रस्त्यावरील गर्दी, अव्यवस्थित वाहतूक पाहून ती गर्भगळित होत असे; पण निर्धाराने व नेटाने ती गाडी चालवायला शिकली व आता कितीही गर्दी असो, न भीता ती गाडी हाकते. गाडी चालवताना इतकी एकाग्रचित्त असते की तेव्हा मनात भीतीला जागाच नसते.

३) जया गाडगीळला 'लोक काय म्हणतील?' ही भीती वाटे. पण संस्थेच्या कामानिमित्त झाडे वाचवण्यासाठी ती रस्त्याच्या मधोमध बसली. त्यावेळी 'लोक काय म्हणतील?' याची तिने पर्वा केली नाही. समाजासाठी आपल्याला पूर्णपणे पटलेल्या एखाद्या कार्यास आपण स्वतःला वाहून घेतले की, कोणतीही अनाठायी भीती मनाला ग्रासत नाही.

भयमुक्त असण्याचे फायदे –

१) धीटपणा येतो.
२) धाडसी निर्णय घेता येतात.
३) कार्यक्षमता वाढते.
४) मनःशांती लाभते.

५) स्वतःचा विकास साधता येतो.

६) समाजात मैत्रीपूर्ण संबंध वाढतात.

७) सकारात्मकता निर्माण होते.

एक महत्त्वाचा मुद्दा दुर्लक्ष करून चालणार नाही. 'भीती'ला दोन बाजू आहेत. सकारात्मक आणि नकारात्मक. मुंबईतील एम.एम.के. कॉलेजचे प्राचार्य गिडवानी यांनी 'भीती'ची सकारात्मक बाजू समजावून सांगितली.

सकारात्मक भीती सामाजिक प्रगतीस उपयोगीच पडते.

१) वन्य प्राण्यांची भीती वाटते म्हणूनच त्यांच्यापासून रक्षण व्हावे म्हणून संरक्षण-व्यवस्था निर्माण केली जाते. नॅशनल पार्क्स उभारले जातात.

२) भीतीपोटीच आई-वडील मुलांच्या रक्षणासाठी जागरूक असतात.

३) वरिष्ठांची भीती वाटते म्हणून आज्ञाधारकपणे काम केले जाते. शासनाने केलेला कायदा पाळला जातो.

४) स्वतःची प्रतिष्ठा गमावण्याच्या भीतीमुळे आपण नीतिमूल्ये पाळतो व त्याप्रमाणे वागतो.

५) देशावर हल्ला होईल या भीतीमुळे आपल्या देशाची संरक्षण-व्यवस्था बळकट केली जाते.

श्री.कृष्णमूर्ती म्हणतात – ''भीती वाटण्यामागचे कारण आपण स्वतःच असतो. मी सुरक्षिततेची इच्छा करतो, म्हणजे मनात भीती असते. आपल्या स्वतःमध्येच असलेल्या दोन प्रवृत्तींमुळे भीती उद्भवते. आपल्याला एखादी गोष्ट साध्य करावयाची असते ही एक प्रवृत्ती असते. दुसरी म्हणजे हे साध्य करताना येणाऱ्या अडचणींची जाणीव – त्यामुळे वाटणारी भीती ! मनातील हे द्वंद्व थांबायला हवे.''

दुःख

प्रसिद्ध उर्दू शायर लुधियानवी लिहितात –

दुःख सोसले नाही असा जगात कोणी तरी आहे का?

संपूर्ण मानवजातीस सुख आणि दुःख अशा दोन्ही वाटांवरून जावे लागते. दुःखाच्या हातून जर तुमचा पराभव झाला, तर मग सर्वच ठिकाणी तुम्ही आपली धमक गमावाल !

सुख आणि वेदना, प्रेम आणि दुःख ही अतूट जुळी भावंडे आहेत. क्रिया-प्रतिक्रिया या दोन मूलतत्त्वांवर जीवन आधारित असते. आयुष्यात दुःख, वेदना, सहन कराव्या लागतात, पण सुख आणि प्रेमही काही प्रमाणात मिळतेच.

दुःख ही आपल्या जीवनात महत्त्वाची भूमिका बजावते. ते आपल्याला सशक्त बनवते; आपले व्यक्तिमत्त्व घडवते, आपले स्वत्व अधिक बळकट बनवते. त्यामुळे नंतर येणारे सुखाचे क्षण आपण अधिक आनंदाने अनुभवतो.

दुःखावर कशी मात केली, हे दाखवणारी काही सत्य उदाहरणे –

१) कॉलेजकन्यका कुमारी परमार ही सायकलवरून वेगाने घरी परतत असताना एका उभ्या ट्रकवर धडकून पडली आणि जागीच मरण पावली. लाकडाचे व्यापारी असणाऱ्या तिच्या वडिलांना साहजिकच अतोनात दुःख झाले; पण रडत बसण्याऐवजी त्यांनी एक एन.जी.ओ. (बिगर सरकारी संस्था) संस्था सुरू केली व रस्त्यांवरील सुरक्षिततेसाठी ही संस्था झटू लागली. वाहतूक नियमांबद्दल जागृती निर्माण करून अनेक अपघात वाचवण्याचे कार्य केले. आपले दुःख त्यांनी दुसऱ्यांचे प्राण वाचवण्यासाठी उपयुक्त केले.

२) मिसेस सी. यांचा मुलगा विमान अपघातात मृत झाला. तो मुलगा तरुण होता. विमान चालवण्याचे प्रशिक्षण घेत होता. त्याच्या आईचे दुःख अनावर होते. तिला आयुष्यात अंधार पसरला आहे असेच वाटू लागले; पण तिने स्वतःला सावरले. एकुलता एक मुलगा गमावण्याचे दुःख विसरण्यासाठी तिने अनाथ मुलांच्या आश्रमात काम करायला सुरुवात केली. आज शेकडो अनाथ, निराश्रित मुलांची ती आई बनली आहे. दुःखाचे तिने प्रेमात रूपांतर केले.

३) लहान वयातच असाध्य रोगाने रेणुकाचा बळी घेतला. तिचे आई-वडील दुःखीकष्टी झाले. रेणुकाच्या स्मृतिप्रीत्यर्थ, तिच्या शिक्षणासाठी, लग्नासाठी त्यांनी साठवलेली रक्कम एका शाळेला देणगी म्हणून दिली. शेकडो रेणुकांच्या शिक्षणाची सोय झाली, याचे त्यांना समाधान लाभले. त्यांचे वैयक्तिक दुःख सार्वजनिक फायद्यात बदलले गेले.

निसर्गातील 'रूपांतरणाचा कायदा' येथे दिसून येतो. या तीनही उदाहरणांत दुःखाचे रूपांतर चांगल्या गोष्टीत झाल्याचे दिसून येते.

ताणतणाव

ताण म्हणजे अतिवापराने खराब झालेल्या संगीत तबकडीप्रमाणे असतो. अतिवापराने त्याचे कंगोरे झिजून गेलेले असतात. सतत एकाच गोष्टीचा अतिविचार केल्याने मनाचे कंगोरेही झिजून जातात. डॉक्टरांच्या मते अनेक आजार हे मनातील भावनिक ताणतणावांमुळे उद्भवलेले असतात.

ताणतणाव निर्माण होण्याची अनेक कारणे आहेत. –

१) आपल्या अवती-भोवती घडत असलेल्या बदलांना नकारात्मक प्रतिक्रिया देणे. –

जगात सतत बदल घडत असतात. काही जणांना ते स्वीकारणे कठीण जाते. बदलांशी जुळवून घेता येत नाही. बदलांमुळे असुरक्षिततेची, अनिश्चिततेची भावना निर्माण होते. जीवितहानी, हालअपेष्टा, युद्ध, जातीय दंगे, एकंदरीत जगातील अशांतता या सर्वांबद्दल आपली प्रतिक्रिया नकारात्मक असते. 'असे काही झाले तर काय करायचे? माझ्यावर असा प्रसंग आला तर?' असे विचार मनात ताण निर्माण करतात.

२) फुलपाखराप्रमाणे अस्थिर मन –

ताणाचे दुसरे कारण म्हणजे अस्थिर मन. एकाच वेळी आपण अनेक गोष्टींचा विचार करत असतो. कधी कधी एक काम करत असतो पण त्याचवेळी विचार मात्र दुसराच करत असतो. अशा तऱ्हेने मन गोंधळलेले असते, अस्वस्थ असते.

३) व्यवसायातील स्पर्धा अथवा घरात भावंडांमधील स्पर्धा –

'काय वाटेल ते झाले तरी मला हे केलेच पाहिजे' असे वाटू लागले की, मनावर ताण येतो. सध्याच्या जगात जीवघेणी स्पर्धा असल्याने ताणतणावही प्रचंड वाढले आहेत. कधी कधी घरातच भावंडांमध्ये अशी स्पर्धा असू शकते. त्याचाही मनावर ताण येतो. कौटुंबिक संघर्षामुळेही ताण निर्माण होतो.

४) आत्मविश्वासाचा अभाव –

स्वतःवरचा अविश्वास हे ताण निर्माण करण्याचे मुख्य कारण असते. स्वतःबद्दल अनिश्चितता वाटू लागते. त्यामुळे संभ्रमित अवस्था असते.

५) सकारात्मकतेचा अभाव –

'ताण' म्हणजे नकारात्मकतेचे प्रतिबिंब !

सकारात्मक विचार करणारा स्वतःबद्दल शंकित नसतो. स्वतःच्या क्षमतेवर त्याचा विश्वास असतो. नकारात्मक विचार करणारा मात्र सतत ताणतणावाखाली असतो.

६) काळजी

काळजी करणे म्हणजे डोलणाऱ्या खुर्चीत बसण्याप्रमाणे आहे. तुम्ही कुठेच जात नाही परंतु तरीही व्यस्त असता. काळजीमुळे अनेक ताणतणाव उद्भवतात. जितकी अधिकाधिक काळजी कराल तेवढे तुम्ही तणावपूर्ण असाल. तुमची सर्व शक्ती काळजी करण्यातच वाया जाईल.

ताणतणाव मोडून काढण्यासाठी –

१) एका वेळेस एकच काम करा व ते नीट करा.

२) मन भरकटत असेल तर त्यावेळी कोणते काम प्रथम करण्याची, तातडीने करण्याची गरज आहे याचा विचार करा. कशाला अग्रक्रम द्यावा ते ठरवा.

३) तणाव घालवण्यासाठी थोडा वेळ शांत बसण्याचा प्रयत्न करा – तसा सराव करा. शांतता, स्तब्धता याचे अनेक चांगले परिणाम होतात. मनाला विरंगुळा मिळतो. तणाव कमी होतात. मनाचा जणू कायाकल्प होतो. मन तरुण, सशक्त बनते. शांत बसल्याने अनेक प्रश्नांची उत्तरे आपोआप उलगडतात.

४) मनात तापदायक विचार येत असतील तर ते स्वतःच्याच मनात न ठेवता कोणाशी तरी संवाद साधा. मित्र, नातेवाईक, सल्लागार, गुरू कोणाशीतरी बोला. कोणीच न सापडल्यास परमेश्वराशी तरी बोला; पण मन मोकळे करा.

५) एखाद्या देवळात अथवा उद्यानात शांत जागी जा. जागा बदलण्याचा कधी कधी सकारात्मक उपयोग होतो.

६) ताणतणाव दूर करण्यासाठी संगीताचा उपयोग होतो. संगीताच्या प्रभावाने तुम्ही तणावमुक्त, चिंतामुक्त होऊ शकता. तुमच्या विचारांची दिशा बदलू शकते. आवडीचे, अभिजात चांगले संगीत ऐका.

७) चांगली पुस्तके वाचा. ज्यांनी अनेक संकटांवर मात करून यश मिळवले अशा कर्तृत्ववान व्यक्तींची चरित्रे वाचा. अनेकांनी आपली आत्मचरित्रे लिहिली आहेत. ती वाचून तुम्हाला स्फूर्ती मिळेल. जीवनातील ताणतणावांना सामोरे जाण्यास धैर्य लाभेल.

८) भरपूर शारीरिक व्यायाम करा. शारीरिक दमवणुकीमुळे ताणतणावांपासून तुमचे मन दूर जाते. मन शांत होते, झोप लागते. साधा फिरण्याचा व्यायामही उपयोगी पडतो.

९) श्रद्धा ठेवा – श्रद्धेने अनेक गोष्टी साध्य होतात. 'मी बरा किंवा बरा होणारच', 'माझे हे काम मी पूर्ण करणारच' अशा प्रकारची श्रद्धा असू द्यावी; अशा सकारात्मक विचारांनी मनावरचा ताण दूर होऊ शकतो. स्वतःवर तसेच परमेश्वरावर श्रद्धा ठेवा.

१०) रोजच्या जीवनातील छोट्या छोट्या तणावांपासून दूर राहा. आपल्याला एखाद्या माणसाशी बोलणे आवडत नसेल तर त्याला टाळण्याचा प्रयत्न करा. एखाद्या कामाची तुम्हाला चीड येत असेल तर ते काम करणे शक्यतो टाळा. सकाळी कामाला जाण्यापूर्वी लवकर लवकर तयार होणे, घाईघाईने सर्व उरकणे याचा ताण वाटत असेल तर थोडे लवकर उठण्याचा सराव करा. हे सकाळचे छोटे छोटे ताणतणाव दूर होतील.

सदैव शांत राहण्याचा प्रयत्न करा.

११) ताण निर्माण करणाऱ्या विचारांना चिकटून बसू नका. झटकून टाका ते ! अधिक अर्थपूर्ण, सृजनशील गोष्टींचा विचार करा. एखाद्या मंत्राचा जप केल्यानेही हे तणावपूर्ण विचार झटकून टाकता येतात.

सकारात्मक विचारांकडे नेणारे साहाय्यक : (स्वानुभव) –

तुम्ही नकारात्मक प्रवृत्तीचे आहात का? तुम्हाला दुसऱ्यांचा हेवा वाटतो का? तुम्ही लवकर निराश होता का? थोड्याशा चिथावणीने तुम्हाला राग येतो का? तुम्ही सतत नैराश्याचेच विचार करता का? प्रत्येक गोष्टीचे नकारात्मक मुद्देच तुम्हाला दिसतात का? तसे असेल तर तुम्ही स्वतःची खूपशी ऊर्जा वाया घालवत आहात. हीच ऊर्जा तुम्हाला फलदायी, उपयुक्त कामासाठी वापरता येईल.

जीवनातील प्रत्येक टप्प्यावर आपल्याला शंकेने, भीतीने, अनिश्चिततेने ग्रासलेले असते. आयुष्यात केव्हा ना केव्हा आपल्याला नापसंती, अपयश, अपेक्षाभंग, भ्रमनिरास यांना सामोरे जावे लागते; अशा वेळी आपण नकारात्मकतेला बळी पडतो. हे अतिप्रमाणात झाले तर मन मृत पावते, हृदय पिळवटून निघते. आपल्यातील चैतन्य नाहीसे होते; अशा नकारात्मक भावनेला बळी पडण्यापूर्वीच आपण मनाचा तोल सावरायला हवा.

हा तोल सांभाळता येईल का? हो ! नक्कीच ! काही स्वतःचे अनुभव सांगते.

काही वर्षांपूर्वी इंटरव्ह्यूसाठी मी एका ऑफिसच्या प्रतीक्षालयांत प्रवेश केला. तेथील अनोळखी लोक पाहून व त्यांच्याशी आपली स्पर्धा आहे असे वाटून मी एकदम हाय खाल्ली. माझ्या पोटात गोळा आला. मी ताबडतोब त्या खोलीबाहेर पडले व समोरच्या बागेत एका झाडाखाली बसले. थोड्याच वेळात मला शांत वाटू लागले. माझ्या मनातील नकारात्मक विचार, निसर्गाच्या सान्निध्यात सकारात्मक बनले. मी धीटपणे परत त्या प्रतीक्षालयात प्रवेश केला. माझा आत्मविश्वास वाढला होता. निसर्ग आपल्याला सकारात्मक शक्ती देतो, हा धडा मला त्या दिवशी मिळाला.

दुसरा धडा मला बुद्धांविषयीचे वाङ्मय वाचतांना मिळाला. 'आपल्या नकारात्मक विचारांचा मागोवा घेणे,' हे बुद्धतत्त्व मला पटले. आपल्याला अपयशाची भीती वाटत असेल तर तसे वाटण्यामागचे कारण शोधून काढा आणि 'यश मिळणारच' असाच विचार करा. (Psycoa Cybernetics) म्हणजे मनाचा तुलनात्मक अभ्यास करणे हे नवे तत्त्व आहे; पण अडीच हजार वर्षांपूर्वी बुद्धाने हेच तत्त्व सांगितले होते. मनातील दोन बाजूंच्या विचारांचा तौलनिक अभ्यास करून भीती, ताणतणाव घालवता येतात. यासाठी विचारांच्या मागे जाऊन त्यांचा 'मागोवा' घ्यावा लागतो. अशाच

तत्त्वाच्या आधारे मी माझी गाडी चालवण्याची भीती घालवली.

वेदांचे वाचन करताना मला आणखी एका सत्याचा शोध लागला. अनेक जुन्या पारंपरिक कर्मकांडांचा आपण उपहास करतो; पण ही कर्मकांडे 'सकारात्मकतेचा उगम' आहेत. ही कर्मकांडे प्रतीकात्मक असतात. त्यांचा खरा अर्थ समजून घ्यावा लागतो. अगदी साधे उदाहरण म्हणजे पहाटे किंवा संध्याकाळी देवापुढे दिवा लावणे. मनातील अंधार दूर करण्यासाठी त्याचा उपयोग होतो. तसेच देवळात घंटा वाजवणे किती आल्हाददायक वाटते. मनातील जळमटे दूर होतात.

एकदा मी 'रामकृष्ण मिशन' मध्ये संध्या आरतीस गेले होते. तारस्वरातला शंखनाद, त्याच वेळी होणारा झांजांचा आवाज, ढोलकीचा कडकडाटी आवाज, सर्वांनी म्हटलेल्या आरतीचा मानवी आवाज ह्या सर्व मिश्रित आवाजांचा मनावर नक्की सकारात्मक परिणाम होतो. हे मी स्वतः अनुभवले आहे.

हल्ली रेकी, महिकारी, आर्ट ऑफ लिव्हिंग अशी अनेक तंत्रे मनःशांती मिळवण्यासाठी, ताण घालवण्यासाठी वापरली जातात. विश्वास असल्यास जरूर अनुभव घ्यावा.

अंतःस्थ शांती, सुख मिळवणे हा माणसाचा जन्मसिद्ध हक्क आहे.

मनाचे व शरीराचे आरोग्य मिळविण्यासाठी –

'आपल्या ऊर्जेची पातळी कशी वाढवता येईल?'

हा प्रश्न एका २४ वर्षांच्या तरुणाने विचारला. त्याच्यावर मोठी शस्त्रक्रिया झाली होती. प्रकृती नाजूक होती. त्याचे आई-वडील त्याच्या लहानपणीच वारले होते. त्याला चांगली नोकरी होती. पण तेथेही काही ना काही कटकटी होत्या. परिस्थितीचा तो बळी होता. त्यावर तो नियंत्रण ठेवू शकत नव्हता. तो नकारात्मकतेच्या सापळ्यात अडकला होता. त्यातून त्याला सोडवणे गरजेचे होते. नकारात्मक विचारांमुळे त्याच्या मनावर प्रचंड ताण होता. त्याची ऊर्जा, मनःशक्ती अगदी खालच्या पातळीवर होती. अशा वेळी त्याने काय करावे?

१) पहिली पायरी म्हणजे मानसिक ऊर्जा वाया घालवणे थांबवावे. आपले ७०% विचार धूसर, शक्तिहीन असतात; अशा अनावश्यक अर्थहीन विचारांना प्रयत्नपूर्वक दूर सारायला हवे. पाऊस पाडण्याची क्षमता नसणाऱ्या रिकाम्या ढगांप्रमाणे हे विचार निरुपयोगी असतात; अशा विचारांना घालवण्यासाठी व सकारात्मक विचारांवर लक्ष केंद्रित होण्यासाठी ध्यान करणे, शांत बसणे, शंभर आकडे उलटे मोजणे अशा गोष्टींचा उपयोग होतो.

२) नकारात्मक विचार दूर ढकलून त्याबदली सकारात्मक विचार करणे हे बुद्धतत्त्व

स्वीकारा. सकाळपासून 'आज मी बहुधा ऑफिसला उशिरा पोहोचणार' असा नकारात्मक विचार मनात येत असेल, तर तो झटकून त्या बदली 'मी आज नक्की वेळेवर ऑफिसला पोहोचेन' असा विचार करा.

३) सकाळी उठल्याबरोबर व संध्याकाळी सूर्यास्ताच्या वेळी दीर्घश्वसन करावे. निदान वीस-वीस वेळा तरी दीर्घश्वसनाचा प्राणायाम करावा. आपली ऊर्जा वाढवण्यास मदत होते. संध्याकाळी सूर्याचीच ऊर्जा अगदी कमी पातळीवर असते. म्हणूनच आपल्या अनेक पूजाअर्चा, कर्मकांडे संध्याकाळी करण्यास सांगितले आहे. त्यामुळे कमी झालेली ऊर्जा वाढवण्यास मदत होते. घंटा वाजवून, झांजा वाजवून संध्याकाळी आरती केली जाते. अनेक दिवे पेटवले जातात. उदबत्तीचा सुमधुर वास दरवळत असतो. ध्वनिकंपन आणि दिव्यांच्या ज्योतीची किरणे, सुवास या सर्वांचा सकारात्मक परिणाम होतो.

४) सर्वांनी मिळून केलेली सामूहिक प्रार्थना, मंत्रोच्चार, कीर्तन हे सर्व अत्यंत लाभदायी असते, असे वैद्यकशास्त्रातही सांगितले आहे. मंत्रोच्चाराने शरीरातील प्राणवायूची पातळी वाढते, शरीरातील पेशी सशक्त होतात, हे सिद्ध झालेले आहे.

५) निसर्गातूनही आपण ऊर्जा मिळवू शकतो. झाडांना पाणी घालणे, त्यांच्या सान्निध्यात थोडा वेळ घालवणे, उद्यानात फिरायला जाणे, झाडाखाली बसून ध्यान करणे या सर्व गोष्टींमुळे आपल्या ऊर्जेची पातळी नक्की वाढते.

फुलांच्या सान्निध्यातही आपली प्रसन्नता वाढते. झाडे व फुले यांचा माणसांच्या मनावर, विचारांवर खूप सकारात्मक परिणाम होतो.

६) 'शब्दशक्ती' चे महत्त्व ओळखा. चांगले वाङ्मय वाचा. दुसऱ्याने लिहिलेले सुविचार, त्यांचे अनुभव हे सर्व वाचून तुम्हालाही जीवनातील संकटांना सामोरे जाण्यास शक्ती मिळेल.

७) योग, ध्यान, प्राणायाम, रेकी, महिकारी, मौल्यवान नवरत्ने, स्फटिके, रुद्राक्ष, आर्ट ऑफ लिव्हिंग असे अनेक उपाय हल्ली सुचवले जातात. आपला विश्वास असेल तर त्यांपैकी एखाद्याचा अनुभव घेऊन पाहायला हरकत नाही. सुदर्शन क्रियेबद्दलही हल्ली बरेच सांगितले जाते. मन, शरीर, आत्मा या तीनही गोष्टींचा मेळ जमवणे. मनःशांती मिळवणे हाच या सर्वांचा उद्देश असतो.

स्वतःला सूचना देणे (Auto-Suggestion) -

''नुसते खूप विचार करण्यापेक्षा स्वतःला सूचना देण्याची शक्ती अधिक आहे.'' असे साधू वासवानी म्हणतात.

विचार करण्याची गरज आहेच. विचारातूनच आपल्याला आपल्या प्रश्नांची उत्तरे मिळतात. हवे ते ध्येय गाठण्यास मदत होते. पण कधीकधी विचारांनी जे साध्य

होत नाही, ते स्वतःला सूचना देऊन साध्य होते. तसेच डॉक्टरांना अशक्य वाटणाऱ्या गोष्टी असतात तेव्हा अनेकदा पेशंट स्वतःला 'ऑटो सजेशन' ने रोगमुक्त करतो; बरा करतो; अशी आश्चर्यकारक उदाहरणे आहेत.

काही वर्षांपूर्वी घडलेली एक सत्यकथा ! एका तरुण मुलीला अपघात झाला व तिच्या पायावर शस्त्रक्रिया करावी लागली. शस्त्रकियेनंतर तिचा तो पाय दुसऱ्या पायापेक्षा थोडा आखूड झाला व ती किंचित लंगडत चालू लागली. 'आता यावर काही उपाय नाही' असे डॉक्टरांनी सांगितले; पण तिने धीर सोडला नाही. रोज सकाळी आरशासमोर उभे राहून ती आपल्या मनाला सतत सूचना देऊ लागली की तो आखूड झालेला पाय हळूहळू वाढून दुसऱ्या पायाइतका लांब होत आहे आणि खरेच, काही दिवसांनी तिचे दोन्ही पाय एका लांबीचे होऊन तिचे लंगडणे थांबले.

एकच गोष्ट मनावर सतत बिंबवल्याने ती तशीच असल्याचे वाटू लागते; मन खंबीर बनते.

रोज सकाळी 'आजचा माझा दिवस खूप चांगला जाणार आहे' असे सतत मनाला सुचवा . तुमचा दिवस नक्की चांगला जाईल. सतत दिलेल्या सूचना अंतर्मनात झिरपतात व त्याचा आपल्या मनाप्रमाणे परिणाम होतो.

उपचारपद्धती –

'मंत्र' उपचार – शारीरिक, मानसिक, भावनिक सर्व प्रकारच्या आजारांवर मंत्रोपचाराचा उपयोग होताना दिसतो. फार पूर्वीपासून घरात मुले आजारी पडली की घरातील मोठी बाई (आई, आजी) देवापुढे बसून स्तोत्रे म्हणणार, देवापुढे दिवा लावून प्रार्थना करणार आणि मुलाला तीर्थ पाजणार. मुलाला बरे वाटेपर्यंत अथवा एखादे संकट दूर होईपर्यंत घरातले देव पाण्यात ठेवण्याचीपण पद्धत होती.

ज्यांचा यावर विश्वास नाही त्यांना हे सर्व थोतांड वाटते. पण हल्ली 'गायत्री मंत्रा'चे महत्त्व किती वाढले आहे ते आपण पाहतोच. अनेक कॉर्पोरेट ऑफिसेसमध्ये फोन केल्यास फोनवर वाट पाहतांना गायत्री मंत्राची रेकॉर्ड वाजत असते. गायत्री मंत्रामुळे शरीरात १ लाख २० हजार कंपने उठतात असे सिद्ध झाले आहे. त्यामध्ये बरे करण्याची शक्ती असते. शरीरात अधिक प्राणवायू खेळू लागतो. पण मंत्रोच्चार योग्य प्रकारे व शुद्ध असायला हवेत.

वेगवेगळ्या मंत्रांच्या ध्वनींचा चांगला परिणाम घडत असतो. शक्तिशाली ध्वनिकंपने निर्माण होतात. ध्वनिकंपनांच्या शक्तीचे सिद्धान्त शास्त्रज्ञांनी सप्रयोग सिद्ध केलेले आहेत. ध्वनिलहरींमुळे अनेक रोगही हल्ली बरे करतात. (अल्ट्रा साउंड वेव्हज)

गायक तानसेनची कथा प्रसिद्ध आहेच. 'मल्हार' रागात त्याने आपल्या संगीताने

शक्तिशाली ध्वनिलहरी निर्माण करून ढगांपर्यंत पोहोचवल्या व पाऊस पडला. हे आता अशक्य वाटत नाही. 'दीपक' राग गाऊन तानसेनने दिवेही प्रज्वलित केले.

मंत्रोच्चारांमुळे अशाच शक्तिशाली ध्वनिलहरी निर्माण होतात. त्यांचा मनावर व शरीरावरही योग्य तो चांगला परिणाम होतो.

ॐ (ओम्) चा जप केल्याने नकारात्मक विचार दूर होतात. शरीरात नवी ऊर्जा निर्माण होते. ओमचे अनेक फायदे सांगितले जातात.

इतर धर्मांतही मंत्रांचे फार महत्त्व सांगितले आहे. झोरॅस्ट्रियन धर्मात 'गाथा' मधील शक्तिशाली मंत्रांचे पठण करतात. त्या पठणामुळे वादळही शांत होऊ शकते असा त्यांचा विश्वास आहे. शिवाय वेगवेगळ्या आजारांसाठी त्यांच्याकडे वेगवेगळे मंत्र आहेत. तिबेटी लोकांमध्ये तर प्रत्येक गोष्टीसाठी मंत्र आहेत. (A moment in time) या त्यांच्या पुस्तकांत कै.अप्पासाहेब पंतांनी लिहिले आहे की एका तिबेटी लामाने त्यांच्यासमोर त्यांच्या देखत मंत्रोच्चाराने पाऊस थांबवला. हिंदू धर्मातील 'ओम्' इतकेच मुस्लिमांना 'अल्ला हो अकबर'चे महत्त्व वाटते. त्यामुळे शारीरिक व मानसिक स्वास्थ्य मिळते असा त्यांचा अनुभव आहे. हे मंत्र म्हणतांना श्वसनाद्वारे अधिक प्राणवायू घेतला जातो. शरीर व मन दोन्हींना आराम मिळतो.

'प्रेम' उपचार –

उपचारपद्धतींबद्दलचे एक पुस्तक माझ्या वाचनात आले. जगातील शक्य ती सर्व उपचारपद्धती त्यात दिली होती; पण जगातील सर्व प्राणिमात्रांना लागू पडणारा वैश्विक उपचार 'प्रेम-उपचार' मात्र त्यात दिलेला नव्हता.

प्रेमात असणाऱ्या शक्तीच्या प्रभावामुळे शस्त्रक्रिया न करावी लागताच बऱ्या झालेल्या एका स्त्रीची ही सत्यकथा आहे. सीमा एकटीच राहात होती. एकदा ती बाथरुममध्ये पडली आणि तिच्या हाताला दुखापत झाली. एकटीच राहात असल्याने तिला काय करावे समजेना. तिने आपल्या एका जिवलग मैत्रिणीला फोन केला. ती धावतच आली आणि सीमाला दवाखान्यात घेऊन गेली. हाताचे हाड अनेक ठिकाणी मोडले असावे. एक्स-रे काढून घ्या असा डॉक्टरांनी सल्ला दिला. एक्स-रे काढून निदान करून घेण्यासाठी जवळपास असलेले क्लिनिक बंद झाले होते व दोन दिवसांनी सोमवारी उघडणार होते. दोन दिवस थांबणे भाग होते. तिची मैत्रीण तिच्यापाशी राहिली आणि अत्यंत प्रेमाने तिने सीमाची सेवा केली. तिची काळजी घेतली. सोमवारी संध्याकाळी त्या क्लिनिकमध्ये गेल्या. एक्स-रे काढून घेऊन त्याचा रिपोर्ट घेऊन त्या पहिल्या डॉक्टरकडे गेल्या. त्याने एक्स-रे पाहिला. कधी न पाहिलेला चमत्कार त्यांना दिसला. हाडे आपोआप जुळून येऊ लागली होती आणि शस्त्रक्रिया करण्याची गरज उरली नव्हती. तिच्या

जिवलग मैत्रिणीच्या प्रेमामुळे हा चमत्कार घडला होता.

अशी किती तरी उदाहरणे देता येतील. आशा ही कॉलेजकन्यका हॉस्टेलमध्ये राहात होती. तिला जबरदस्त खोकला झाला. डॉक्टरांच्या औषधाने बरा होईना. तिच्या टॉन्सिल्सना फार वाईट संसर्ग रोग झाल्याचे व शस्त्रक्रिया करून टॉन्सिल्स काढून टाकावेत असे निदान झाले. तिच्या आईला दुबईहून बोलवण्यात आले. आई आल्यावर आईने केलेल्या प्रेमाच्या शुश्रूषेने एका आठवड्यात आशाचा खोकला बरा झाला. तिचा खोकला थांबला. शस्त्रक्रिया करावी लागली नाही. हा प्रेमाचा महिमा !

आईचे प्रेम पवित्र आणि पूर्ण असते. कुठलीही अपेक्षा न ठेवता ती मुलांवर प्रेमाचा वर्षाव करते. आईच्या सान्निध्यात, तिच्या प्रेमाच्या सावलीत मुलांना अत्यंत सुरक्षित वाटते. ती नुसती जवळ बसली आणि प्रेमाने अंगावर हात फिरवला तरी मुलांचा आजार अर्धा बरा होतो.

अनेक शारीरिक रोग हे मानसिक ताणामुळे उद्भवतात. परकेपणा, एकटेपणा, भावनिक उपासमार, गमावलेला आत्मविश्वास, भीती, काळजी अशा अनेक मानसिक ताणतणांवांमुळे शरीरावर परिणाम होऊन आजार बळावतात असे डॉक्टरांचेही म्हणणे आहे. जवळच्या प्रेमाच्या माणसाने आधार दिला, प्रेमाने त्यांची शुश्रूषा केली की लगेच आजार बरा होतो.

प्रेमामुळे आरोग्य कसे सुधारते? आजार कसे बरे होतात?

आपल्या शरीरातील प्रत्येक पेशीला प्रेमामुळे नवजीवन मिळते. आनंद, शांती, क्षेमकुशल असण्याची भावना जागृत होते. प्रेमपूर्वक हास्य, प्रेमाचे शब्द, कृती यांच्यात फार मोठी शक्ती आहे. त्याचा परिणाम आश्चर्यजनक असतो. प्रेम ही 'सकारात्मक ऊर्जा ' आहे. प्रेमामुळे शरीरातील नकारात्मक ऊर्जा नाहीशी होऊ शकते.

अनेक आजार रोग्याच्या मानसिक अवस्थेमुळे होत असतात याबद्दल सर्व डॉक्टरांचे एकमत आहे. अशावेळी प्रेमाचा उपचार सर्वात अधिक उपयोगी पडतो. अबोल डॉक्टरपेक्षा प्रेमाने विचारपूस करणाऱ्या डॉक्टरांचे रोगी लवकर बरे होतात. शरीर व मन एकत्र चालतात आणि प्रेमाची शक्ती त्यांना आरोग्यदायी, सुदृढ ठेवू शकते.

तुमचे जवळचे नातेवाईक, मित्रमैत्रिणी, शेजारी कुणी आजारी पडल्यास तुम्ही जरूर प्रेमाने त्यांची विचारपूस करा आणि त्यावेळी त्यांच्या चेहऱ्यावर फुललेला आनंद पाहा.

सिनेमा – उपचार

हल्लीच्या धकाधकीच्या जीवनात त्रस्त झालेल्यांसाठी अनेक उपचारपद्धती सांगितल्या जातात. संगीत उपचार, हास्य उपचार, मंत्र उपचार, योग-उपचार, सुगंधी

उपचार असे तऱ्हेतऱ्हेचे उपचार सुचवले जातात. यांना आपण आणखी एका उपचाराची जोड देऊ या – 'सिनेमा उपचार.'

ही उपचारपद्धती खूप जुनी आहे. १९३८ च्या सुमारास रशियामध्ये मनोरुग्णांसाठी ही उपचारपद्धती वापरण्याचे प्रयोग केले गेले. काही ठराविक प्रकारच्या रोग्यांवर त्याचा चांगला परिणाम झाल्याचे दिसून आले. मॉस्कोजवळ असलेल्या मनोरुग्णांच्या हॉस्पिटलमध्ये एक खास सिनेमाहॉल बांधला. शांत वातावरणात दाखवलेला आनंददायी सिनेमा पाहून एपिलेप्टिक (अपस्मार रोगाचे) रुग्ण शांत झाल्याचे आढळून आले. हलकाफुलका विनोदी सिनेमा पाहून हिंसक प्रवृत्तीचे रुग्णही नीट वागू लागले. हसण्यामध्ये रोग बरा करण्याची शक्ती आहे. ते सर्वात उत्तम औषध आहे.

सिनेमा उपचारपद्धती म्हणजे तणावपूर्ण मनोरुग्णांना सिनेमाच्या माध्यमातून बरे करण्याचा प्रयत्न करणे. मंत्र उपचार किंवा संगीत उपचाराप्रमाणेच याचाही उपयोग होताना दिसतो. मनाची बिघडलेली लय, बिघडलेला तोल सावरला जातो. शारीरिक व मानसिक आरोग्य सुधारते.

सिनेमाउपचार पद्धतीत 'आरोग्यदायी सिनेमाच' दाखवला जातो. हलकेफुलके सिनेमे, विनोदी हसवणारे सिनेमे दाखवले जातात. 'हेल्थ फिल्म्स' असे त्यांना म्हणतात. त्याचे खास उदाहरण म्हणजे चार्ली चॅप्लीन टाइपचे सिनेमे. हे शुद्ध करमणूक करणारे सिनेमे असतात. असे चित्रपट पाहताना मनावरचा ताण नाहीसा होऊन हलकेफुलके वाटू लागते. नकला, विनोद, रोजच्या घडामोडींवर विनोदी भाष्य, हसवणाऱ्या कथा यांच्यामुळे मनाला दिलासा मिळतो.

'हसणे' हा सर्व रोगांवरील उत्तम इलाज आहे. हसण्यामुळे आपण आपले ताणतणाव विसरतो. आपण जणू तरुण बनतो. नवजीवन प्राप्त होते. सिनेमाच्या माध्यमातून आपण ते मिळवू शकतो.

सध्या हेल्थ फुड, हेल्थ ड्रिंक, हेल्थ एक्सरसाइजचा जमाना आहे. त्यातच 'हेल्थ सिनेमा' ची भर पडायला हवी.

शरीराचे व्यवस्थापन

आपल्या शरीराचे सर्वात मुख्य कार्य म्हणजे श्वासोच्छ्वास करणे. त्यावर तुम्ही नियंत्रण ठेवू शकलात तर तुमच्या शारीरिक आरोग्यावर नियंत्रण राहील. माणूस सरासरी दर मिनिटाला १२ ते २० वेळा श्वासोच्छ्वास करतो. जितक्या कमी वेळा तुम्ही श्वासोच्छ्वास कराल तितके तुमचे आयुष्य वाढेल. कासव शंभर वर्षे जगते कारण त्याच्या श्वासोच्छ्वासाचे प्रमाण खूप कमी, म्हणजे मिनिटाला एकदाच इतके कमी असते. निरोगी शरीरासाठी दीर्घश्वसनाचा सराव करायला हवा. निरोगी, सुदृढ शरीर

कमावण्यासाठी तीन गोष्टींची गरज आहे.

१) समतोल आहार

२) प्राणायाम -योग

३) व्यायाम - मानसिक व शारीरिक

समतोल आहार -

समतोल आहार म्हणजे शरीरास गरज असणारा पोषक आहार. गरजेची सर्व जीवनसत्त्वे आपल्या आहारात समतोल प्रमाणात असावीत. प्रथिने म्हणजे प्रोटिन्स, कार्बोहायड्रेट्स, मिनरल्स आणि व्हिटॅमिन्स. या सर्वांची आपल्या शरीराला गरज असते. म्हणून आहारात ठराविक प्रमाणात, डाळी, कडधान्ये, भाज्या, फळे, दूध व दुधाचे पदार्थ, मांस व मासे सर्वांचा समावेश असावा. प्रत्येक देशात, प्रांतात, तेथल्या भौगोलिक परिस्थितीमुळे व तेथे उपलब्ध असणाऱ्या जिनसांपासूनच आहार ठरत असतो व तो बहुधा समतोल असतो. वरणभात, दही, भाजी, पोळी, कोशिंबीर हा महाराष्ट्रियन आहार नक्कीच खूप समतोल व आरोग्यदायी आहे. त्याचप्रमाणे दाक्षिणात्य डोसा, इडली, चटणी, भाज्या घालून बनवलेले सांबार आरोग्यदायी आहे. समुद्राकाठी राहाणारे लोक खूप मासे खातात, तेही त्यांना आरोग्यदायीच आहे.

वजन कमी करण्यासाठी हल्ली मुली 'डाएट' करतात. तज्ज्ञांचा सल्ला घेऊनच काय खावे व काय खाऊ नये हे त्यांनी ठरवावे. शरीराला पोषक व गरज असणारा आहार असणेच योग्य ! तरच शरीर निरोगी व सुदृढ राहील.

प्राणायाम - योग

शरीर व मनाचा समतोल राखण्यासाठी 'योगा'चा उपयोग होता. योगामध्ये, यम, नियम, आसन, प्राणायाम, प्रतिहार, धारणा, ध्यान आणि समाधी अशी आठ अंगे आहेत. पैकी पहिली चार शारीरिक स्वास्थ्यतेसाठी व नंतरची मानसिक स्वास्थ्यासाठी केली जातात. नियमित सवयी, काही योगाची आसने व प्राणायाम या गोष्टी शरीर स्वस्थ व सुदृढ ठेवण्यास मदत करतात. आपल्या शरीरात अनेक ग्रंथी कार्यरत असतात. शरीरातील मज्जासंस्थेवर त्यांचा सखोल परिणाम होत असतो. शिवाय त्या आपल्या भावनाही उत्तेजित करू शकतात. खिन्नता आणू शकतात. या ग्रंथींचे कार्य योग्य रीतीने व्हावे व त्यामुळे शरीर व मन दोन्ही निरोगी व सुदृढ राहावेत यासाठी योगासनांची व प्राणायामाची मदत होते. एखाद्या योगतज्ज्ञाकडून ते शिकून घ्यायला हवे. दीर्घश्वसन, अनुलोम-विलोम, कपालभाती अशा काही सोप्या प्राणायामाच्या प्रकारांचा खूप चांगला परिणाम दिसून येतो.

योगासनांपैकी 'सूर्यनमस्कार' हा 'पूर्ण व्यायाम' समजला जातो. सूर्यनमस्कार

घालतांना आपल्या शरीरातील सर्व अवयवांना व्यायाम मिळतो. रक्ताभिसरण चांगले होते. पाठीचे मणके ताणले जाऊन त्यांनाही व्यायाम घडतो. पोटातील स्नायू ताणले सोडले जातात. शिवाय सूर्यनमस्काराची प्रत्येक अंगस्थिती करताना श्वसनावर नियंत्रण असते; असा हा परिपूर्ण व्यायाम आहे. सूर्योदयाच्या अथवा सूर्यास्ताच्या वेळी सूर्याकडे तोंड करून हा व्यायाम करावा असे सांगतात. शरीराबरोबर मनही शांत, स्वस्थ होते.

व्यायाम – शारीरिक आणि मानसिक

शरीर चालू ठेवण्यासाठी, सुस्थितीत रहाण्यासाठी, शरीराचा नीट सांभाळ व्हावा यासाठी नियमित व्यायामाची नितांत गरज असते.

अगदी साधा फिरण्याचा व्यायाम करणेही उत्तम ! सकाळच्या ताज्या हवेत तुमच्या वयापरत्वे एक ते पाच किलोमीटर जलद चालणे हा व्यायाम उत्तम समजला जातो. तरुणांना जॉगिंग करायला हरकत नाही. हल्ली अनेक मंडळी 'जिम' मध्ये जाऊन व्यायाम करतात. प्रत्येकाच्या गरजेप्रमाणे तेथे तज्ज्ञ मंडळी तुम्हाला व्यायामाचे निरनिराळे प्रकार शिकवतात. ते योग्य रीतीने व नियमितपणे केल्यास संपूर्ण शरीरास त्याचा नक्कीच उपयोग होतो. त्याचप्रमाणे योगात सांगितलेली आसने करणे हाही व्यायामाचाच एक प्रकार आहे. संपूर्ण शरीराला व्यायाम व्हायला हवा व त्याला नियमितपणा हवा.

मन जागृत, कृतिशील, दक्ष राहावे यासाठी त्यालाही काही व्यायामांची गरज आहे.

१) रोज १५-२० मिनिटे स्वस्थ शांत बसा. मनही शांत होईल.

२) वर्तमानपत्रात येणारी शब्दकोडी, सुडोकू सोडवा. हा मनाच्या एकाग्रतेसाठी छान व्यायाम आहे.

३) बुद्धिबळासारखा खेळ खेळा किंवा ब्रिजसारखा पत्त्याचा डाव खेळा; अशा खेळांमुळे बुद्धी तल्लख होते. मन एकाग्र होते.

४) वैचारिक वाङ्मय वाचा.

विरंगुळा (रिलॅक्सेशन Relaxation)

सध्या आपण वेगवान आणि अनिश्चिततेच्या जगात राहात आहोत. सतत पळत असतो. सदा घाईत असतो. जीवनातील आपल्या आवडीच्या गोष्टींचा आनंद उपभोगायला आपल्याला वेळच नसतो. अनेक प्रकारचे ताणतणाव असतात. त्यामुळे उच्च रक्तदाब, मधुमेह, हृदयरोग असे आजार उद्भवतात; आपण चिंतामुक्त होऊन विरंगुळा मिळवण्याचा प्रयत्न करायला हवा.

रिलॅक्स होण्यासाठी, मन शांत होण्यासाठी काही तंत्रे देत आहे. – एखाद्या शांत जागेत, आपल्या आवडीप्रमाणे आरामात बसा. दीर्घश्वास घ्या, हळू हळू श्वास सोडा.

श्वास दीर्घ घेण्याची, थोडा वेळ रोखून ठेवण्याची व पुन्हा हळूहळू सोडण्याची क्रिया करताना हळूहळू त्याची वेळ वाढवा. ५ सेकंद, नंतर ७ सेकंद अशी प्रत्येक क्रियेची वेळ वाढवत जा. एकंदर १५-२० वेळा दीर्घश्वसन करा. नंतर एका नाकपुडीतून सावकाश श्वास घेऊन दुसऱ्या नाकपुडीतून सोडणे हा 'अनुलोम विलोम' प्राणायाम १५-२० वेळा करा; व नंतर नाकाने श्वास घेऊन तोंडाने सोडण्याचा प्रकार १०-१५ वेळा करा.

हे सर्व प्राणायामाचे प्रकार मनाला चिंतामुक्त करतात. आपल्याला 'विरंगुळा' वाटतो.

रिलॅक्स होण्यासाठी काही मानसशास्त्रीय तंत्रे –

'मन रिकामे करा' –

कधी कधी माणूस वरून शांत व संयमी दिसतो. पण त्याच्या अंतर्मनात मात्र ताणतणाव असतात. हे ताण दूर करून मन शांत होण्यासाठी मानसशास्त्रात एक उपाय सांगतात की, मनातील सर्व विचार झटकून मन रिकामे करा. मन शून्य, निर्विकार होऊ द्या. सर्व कठोर गोष्टी, दुःखे, भीती, ताण देणाऱ्या सर्व गोष्टी मनातून विसरून जाण्याचा प्रयत्न करा. 'आजचा दिवस संपला, उद्याचा दिवस नवा ताजा असेल' असे मनाला पटवा.

नवी ताकद मिळवा –

मानसिक, व्यावसायिक ताण अनेकदा स्वतःवरचा अविश्वास, स्वतःबद्दल शंका, मनावरील दडपण, अज्ञात भीती यांमुळे असतात. स्वतःमध्ये आत्मविश्वास मिळवण्यासाठी स्वतःलाच समजवा. धीट व्हा. मनाला नवी उमेद द्या. प्रेम, यश या गोष्टींबद्दल सकारात्मक विचार करा. स्वतःबद्दलचे नकारात्मक विचार दूर सारून स्वतःबद्दल आत्मविश्वासाने चांगले मत बनवा. सतत सकारात्मक विचार करू लागलात म्हणजे हळूहळू अंतर्मनातील नकारात्मक विचार दूर होतील. तुम्हाला शांत, रिलॅक्स वाटेल.

सायको-सायबर नेट –

या नावाचे एक तंत्र आहे. त्यात सांगतात –

प्रथम शांत जागेत बसा.

मनातील वाईट विचार झटकून टाका.

स्वतःला 'रिलॅक्स आहात' असे समजवा. तशी कल्पना करा.

दुसऱ्याच्या नजरेतून पाहा. तसा प्रयत्न करा.

स्वतः शांत व चिंतामुक्त, रिलॅक्स असल्याची पुन्हा पुन्हा कल्पना करा. काही वेळाने तुम्हाला खरेच रिलॅक्स वाटेल.

स्वतःकडे निरपेक्षतेने पाहणे, अलिप्त राहून पाहणे –

शांत बसा. डोळे मिटा. कल्पना करा की तुम्ही एका कलादालनात आहात. एका पुतळ्याच्या बैठकीवर तुम्ही स्वतःच पुतळा आहात. अनेक रसिक प्रेक्षक तुमच्या पुढून जात आहेत. तुम्हीपण त्यांच्यापैकी एक आहात. तुम्ही तुमचा स्वतःचाच पुतळा पाहात आहात. तुमचे केस, नाक, डोळे, ओठ, चेहरा सर्व तुम्ही निरपेक्षपणे पाहात आहात. स्वतःच्या पुतळ्याचे कौतुक करा, टीका करा. चांगले गुण जोखा, तसेच दोषही काढा. या तंत्राने तुम्हाला अलिप्त राहून स्वतःला अजमावता येईल.

काही नेहमीची तंत्रे –

१) आरामात, रमतगमत फिरायला जा. संध्याकाळी हे जमेल.

२) कामावरून परतल्यावर पाच मिनिटे हातपाय ताणून व्यायाम करा.

३) दिवसभराच्या दगदगीनंतर छान स्वच्छ आंघोळ केल्याने फ्रेश, रिलॅक्स वाटेल.

४) हलकेफुलके मासिक वाचा.

५) आवडीचे संगीत ऐका.

६) एखादा छंद असेल तर त्यात रमा.

७) आपल्या जिवलग मित्राशी फोनवर बोला.

८) चहा, कॉफी, सरबत आवडीच्या पेयाचा सावकाश आस्वाद घ्या.

९) मुलांबरोबर खेळा.

१०) शांत बसा. प्रार्थनेत मन रमवा.

अडथळे पार करून जाण्यासाठी मनन, चिंतन, ध्यान –

मुंबईत ह्युमॅनिस्ट मुव्हमेंट (Humanist Movement) नावाची संस्था आहे. या संस्थेचे प्रमुख श्री. जयेश शहा यांनी एकदा त्यांच्या पद्धतीने मनन, चिंतन करण्याच्या पद्धतीची एक बैठक माझ्या घरी घेतली. आम्ही ७-८ मंडळीच उपस्थित होतो. त्यांनी आम्हाला वाचण्यासाठी एक कागद दिला. फक्त एकाने ते वाचायचे व बाकी सर्वांनी डोळे मिटून, शांत बसून, एकाग्रतेने ते ऐकायचे. हा प्रयोग नंतर मी माझ्या विद्यार्थ्यांवर केला आणि हा प्रयोग खूप यशस्वी झाला. आम्ही वाचलेल्या त्या उताऱ्याचा काही भाग पुढे देत आहे. –

"तुम्ही एका छोट्या नदीच्या काठावर उभे आहात. तुम्हाला ही नदी पार करून जायचे आहे कारण त्यापलीकडे एक रस्ता आहे. तो रस्ता जंगल व वाळवंट पार करून

डोंगरमाथ्याकडे जातो. तेथे एक तेजस्वी उजेड आहे. देऊळ असेल अथवा चर्च असेल. तुम्हाला तेथे पोहोचायचे आहे.

नदी पार करण्याचा तुम्ही विचार करत असताना एक बोट येते. तुम्ही त्या बोटीत बसता व नदी पार करून जाता. डोंगराकडे जाणाऱ्या रस्त्यावरून तुम्ही जाऊ लागता. अंधार आहे. जंगल भयाण दिसते आहे. एखाद्या श्वापदाकडून आपण मारले जाण्याची भीती वाटते आहे. तुम्ही दमला आहात. तहान लागली आहे. जंगलात एखादे विश्रामधाम दिसते का ते तुम्ही न्याहाळून पाहात आहात. तुम्ही निराश होऊन प्रयत्न सोडून देणार, इतक्यात तुम्हाला दूरवर बारीकसा उजेड दिसतो. हा दृष्टिभ्रम आहे की खरेच आहे हे तुम्हाला समजत नाही. तुम्ही रखडत रखडत चालत राहाता. उजेडाचा तो एक किरण म्हणजे तुमची आशा आहे. वाळकी पाने तुडवत, फांद्यांना हाताने ढकलत तुम्ही पुढे जात राहाता. आशेने ! आणि तुम्हाला एक झोपडी दिसते.

त्या झोपडीत एक मिणमिणता दिवा असतो. त्या मंद उजेडात तुम्हाला एक म्हातारा दिसतो. तो तुमच्याकडे पाहून छान हसतो. तुम्ही सुटकेचा निःश्वास सोडता. तेथे पाण्याचा एक हंडा व थोडी फळे असतात. तुमची क्षुधा व तहान भागते. तुम्ही थोडी विश्रांती घेता. दुसरे दिवशी तुम्ही पुन्हा आपली वाट चालू लागता. डोंगर दूर आहे. मार्ग चढणीचा आहे तुमची दमणूक होते. शरीर, मन सर्व थकून गेले आहे. उत्साह कमी झाला आहे; आणि अचानक तुमच्यासमोर एक निर्झर दिसतो आणि एक सुंदर छोटा धबधबा ! तुम्ही ते स्वच्छ गार पाणी पिता आणि छान आंघोळही करता. तुम्हाला नवजीवन प्राप्त होते. नव्या उत्साहाने तुम्ही चढण चढू लागता. अखेर तुम्ही डोंगरमाथ्यावर पोहोचता. तुमचे ध्येय गाठता.''

('ह्युमॅनिस्टिक मेडिटेशन रीडिंग' मधील हा एक उतारा आहे.)

हा उतारा ऐकून तुम्हाला काय अनुभव आला?

जीवन हे असेच आहे ना?

शरीर रिलॅक्स झाले की मनही शांत, रिलॅक्स होते. मन रिलॅक्स असले की शरीरही तसेच असते; यश गाठण्यासाठी दोन्हींची गरज आहे.

❑

३

नातेसंबंधाचे व्यवस्थापन

मानवी नातेसंबंध : जीवन म्हणजे आदान-प्रदान यांचे गुणोत्तर प्रमाण –
या विश्वाचा अखंड टिकणारा, अक्षय कायदा आहे –
'आपण जसे व जे पेरू, त्याप्रमाणे ते उगवेल.'
'करावे तसे भरावे.'
आपण जसे बनवू तसे आपले नातेसंबंध बनतात.

मानवी परस्परसंबंध चांगले बनवणे ही एक कला आहे. नाते परस्परांना
समाधानकारक बनवण्याचे शास्त्रही आहे. मानसशास्त्रज्ञांच्या मते, परस्परसंबंध चांगले
करण्याचे दोन मार्ग आहेत. पहिला – दुसऱ्याचे मन ओळखणे, त्याच्या गरजा ओळखणे,
त्याला कशात रस आहे ते समजावून घेणे. दुसरे म्हणजे दुसऱ्याच्या गरजा भागवण्यासाठी
स्वतःमध्ये तसे गुणधर्म, सवयी विकसित करणे.

मूलतः माणूस म्हणून दुसराही आपल्यासारखाच असतो. त्याच्या व आपल्या
दोघांच्याही वागणुकीसाठी एकाच प्रकारची प्रेरणा असते. त्याची प्रबळ अंतःस्थ इच्छा
व आपली अंतःस्थ प्रबळ इच्छा एकाच प्रकारची असते. 'मानव' म्हणून स्वतःला
चांगली वागणूक मिळावी, असे आपल्याला वाटते तसेच त्यालाही वाटते. आपली
दुसऱ्याला आवश्यकता वाटावी, आपले 'असणे' त्याला गरजेचे वाटावे, प्रेम, मैत्री
द्यावी, घ्यावी असे आपल्याप्रमाणेच दुसऱ्यालाही वाटते. एकमेकांच्या या अंतःस्थ
इच्छा, या गरजा ओळखून एकमेकांशी समाधानकारक नातेसंबंध असायला हवेत.

चांगले नातेसंबंध कसे वाढवावेत?

आयुष्य सुखी समाधानी होण्यासाठी माणसामाणसांमधील नातेसंबंध चांगले
असण्याची नितांत गरज आहे. आयुष्य सुखी करण्यात चांगल्या नातेसंबंधांचा फार
मोठा वाटा आहे, असेही म्हणता येईल.

आयुष्य अर्थपूर्ण व समाधानी असण्यासाठी आपण काय करायला पाहिजे याबद्दल
आपल्या पुरातन धर्मग्रंथातही मार्गदर्शक तत्त्वे सांगितली आहेत.

निर्भेळ आनंद मिळवण्यासाठी मैत्रीपूर्ण संबंधाची गरज आहे. यजुर्वेदात सांगितले
आहे –

मैत्रीपूर्ण नजरेने आपण सर्वांकडे पाहूया
सर्वजण माझ्याकडेही मैत्रीपूर्ण नजरेने पाहू देत

आपण सर्वजण एकमेकांकडे
मैत्रीपूर्ण नजरेने पाहू या ।।

यजुर्वेद (३६-१८)

पुरातन ग्रंथ आपल्याला आपण मित्रत्वाच्या नात्याने राहावे असे आवर्जून सांगतात. कारण मग द्वेष, वैरभाव अशा मनाला क्लेश देणाऱ्या भावना राहणार नाहीत. मैत्रीची भावना म्हणजे नुसते दुसऱ्याकडे पाहून औपचारिक हसणे नव्हे. मैत्रीची वृत्ती म्हणजे काय?

- मैत्रीपूर्ण वृत्ती म्हणजे दुसऱ्याला भरवसा देणे.
- मैत्रीपूर्ण वृत्ती म्हणजे नम्र असणे.
- मैत्रीपूर्ण वृत्ती म्हणजे दुसऱ्यांच्या भावनांचा आदर करणे.
- मैत्रीपूर्ण वृत्ती म्हणजे आस्थापूर्वक मदत करणे.
- मैत्रीपूर्ण वृत्ती म्हणजे दयाळू असणे, दुसऱ्याबद्दल अनुकंपा वाटणे.
- मैत्रीपूर्ण वृत्ती म्हणजे सहानुभूती दाखवणे.

आचार्य महाप्रज्ञ म्हणतात, ''ज्याने आपल्यात स्नेहभाव बाळगला नाही त्याची नैतिक मूल्ये अर्धविकसित असतात. शत्रुत्वाची भावना अत्यंत विषारी असून त्यामुळे आपली नैतिक मूल्ये घसरतात. त्यामुळे मन अस्वस्थ राहते. ज्याला त्याची लागण झाली तेथे नैराश्य, वैफल्य, खिन्नता, संशयीवृत्ती, विषाद यांचा उदय होतो.''

कोणताही मनुष्य निर्मनुष्य बेटावर एकटाच स्वतःसाठी जगत नाही. तो समाजात राहतो. समाजात नातेसंबंध काही रिवाज, काही बंधने पाळावी लागतात. नातेसंबंध नीट राहावेत म्हणून समाजानेच ही काही बंधने, हे रीतिरीवाज निर्माण केले आहेत. प्रत्येकालाच दुसऱ्याकडून मित्रत्वाच्या भावनेची अपेक्षा असते. दुसऱ्याने आपल्याला आदराने वागवावे असे वाटते. समाजाने 'स्वीकारण्याची' गरज असते.

आपण जर या विश्वाचा व्यापक दृष्टिकोनातून विचार केला, तर आपल्या लक्षात येईल की आपण सर्व समान आहोत. एकाच विश्वात जन्मलेली लेकरे आहोत. आपण सर्वच जण हवा, पाणी, आकाश, जमीन सर्व एकाच भूतलावरचे वापरतो. वाटून घेतो. त्यामुळे सर्वांमध्ये 'बंधुत्व' भाव असणे नैसर्गिक आहे. 'आपण सर्व एकच आहोत' ही भावना असणे महत्त्वाचे आहे.

मदर तेरेसा यांच्या आयुष्यात घडलेली एक घटना सांगावीशी वाटते. आपल्या उच्च कार्यासाठी त्या मदत गोळा करत असताना; एक भिकारीण त्यांच्याकडे गेली व तिने मदत म्हणून स्वतःजवळचे दहा पैशाचे नाणे दिले.'' तुमच्या कार्यासाठी माझी ही मदत घ्या'' असे ती म्हणाली. ही भिकारीण इतकी गरीब होती की तिच्याकडून दहा पैसे घेतानाही मदर तेरेसा यांचे हृदय पिळवटून निघाले; पण त्या भिकारणीला दुखवायचे

नाही या भावनेने त्यांनी तिचे दहा पैसे आनंदाने, कृतज्ञतापूर्व स्वीकारले. मदर तेरेसा यांनी त्या भिकारणीच्या प्रतिष्ठेचा आदरच केला आणि त्या गरीब स्त्रीलाही तिला बरोबरीने वागवल्याबद्दल समाधानच वाटले असणार.

मित्रत्वाचे बीज पेरले की आनंदाचे भरघोस पीक उगवते हे लक्षात ठेवा.

आपल्या आसपास वावरणाऱ्या माणसांचे अस्तित्व स्वीकारणे, मान्य करणे अत्यंत महत्त्वाचे आहे. आस्थेने, प्रेमाने, हसतमुखाने त्यांच्याशी बोला. जमल्यास त्यांचे वाढदिवस लक्षात ठेवून शुभेच्छा द्या. भेटी पाठवा. त्यांच्याशी मैत्रीपूर्ण संबंध वाढवा.

स्वतः आदर्श बना –

दुसऱ्यांनी तुमच्याशी कसे वागावे असे तुम्हाला वाटते, तसे प्रथम तुम्ही त्यांच्याशी वागा. दुसऱ्यांसाठी तुमचे वागणे 'आदर्श' असू द्या.

ओशो आपल्या एका कवितेत म्हणतात –

'स्वतःमधील माणसासाठी
तुम्ही काहीतरी करा.
संघर्षाची प्रवृत्ती टाकून द्या
हिंसाचार, आक्रमकता, भीती टाकून द्या.
प्रेमळ, दयाळू, एकमेकांना जोडणारे
मध्यस्थ बना.
संपूर्ण मानवी जमात कशी असावी असे तुम्हाला वाटते
तसा एक तरी मानव तुम्ही तयार करा.
स्वतःला तसा आदर्श बनवा
तुमचा सुगंध सर्वत्र पसरू दे.''

समाजात स्वतःचे स्थान निर्माण करणे तुमच्या स्वतःच्याच हातात आहे. मदतीचा हात सदैव पुढे करा. दुसऱ्यांनी तुम्हाला स्वीकारण्यापूर्वी तुम्ही दुसऱ्यांना स्वीकारा.

आमच्या कुटुंबात आमचे एक काका आहेत.

ते या बाबतीत आदर्श आहेत. इतरांचा स्वीकार करण्यासाठी ते पाच तत्त्वे मानतात.

– जेव्हा व जेथे गरज असेल तेव्हा मदतीचा हात पुढे करा.

– स्थानिक लोकांत मिसळा.

– जात, धर्म, श्रीमंत, गरीब असा कोणताही भेदभाव न करता सर्वांशी चांगले वागा.

- कमकुवत, आजारी, दुःखी जनांना आधार द्या.
- संपूर्ण विश्व हे आपले कुटुंब आहे ही भावना बाळगा.

शांती देव यांची एक प्रार्थना –

'सर्वांसाठी मला बनू दे

वैद्य आणि परिचारिका,

जे आशेने बघतात

त्यांच्या इच्छेनुसार

मला दुसरा किनारा, बोट

अथवा पूल बनू दे. '

आपल्याला आपला दृष्टिकोन बदलायला हवा. इतर लोकांच्या कुटाळक्या, त्यांच्या पाठीमागे त्यांची निंदा करणे टाळा. वैरभाव, द्वेष सोडून द्या. 'जशास तसे' ही भावना बाळगू नका.

सामाजिक आरोग्य –

आपण आपल्या स्वतःच्या आरोग्याबद्दलच इतका विचार करतो की आपण एका समाजाचा घटक आहोत हे विसरतो. पाने जशी झाडाचे अविभाज्य घटक असतात तसेच प्रत्येक माणूस हा समाजाचा एक अविभाज्य घटक असतो. झाडाला चिकटून राहिल्याशिवाय पान जिवंत राहू शकणार नाही. त्याचप्रमाणे माणूसही स्वतंत्रपणे अगदी एकटाच जगू शकत नाही.

१) कुटुंबाशी बांधिलकी –

कुटुंबाची काही नैतिक मूल्ये असतात. ती काय आहेत?

कुटुंबाचे बंध –

हजारो वर्षांपूर्वी पुरातन ग्रंथ अथर्ववेदात या कौटुंबिक बंधाबद्दल म्हटले आहे–

''वडिलांच्या पावलावर पाऊल टाकून

मुलाला पुढे जाऊ द्या.

आईच्या मनाशी त्याचे मन

जुळू दे, सहमत असू दे

पत्नी आपल्या पतीशी

संवाद साधू दे

मधाळ गोड शब्दांनी ''

किती साध्या, थोडक्या शब्दांत कुटुंबाचे बंध वर्णिले आहेत !

परस्पर संबंध जोडा – संपर्क ठेवा –

सध्याच्या नवयुगात संपर्कमाध्यमे इतकी जलद झाली आहेत की एकमेकांशी संपर्क ठेवणे फार सोपे झाले आहे.

भारतीय एकत्र कुटुंब पद्धतीचे हे छान वैशिष्ट्य आहे, की त्याचे सदस्य जगभर विखुरले असले तरी एकमेकांच्या संपर्कात राहातात. नियमित फोन करणे, ई–मेल करणे, मधूनमधून सविस्तर पत्र पाठवणे या गोष्टींनी कुटुंबातील सर्व सदस्य एकमेकांच्या निकट राहू शकतात.

कौटुंबिक निर्णयात भाग घ्या –

प्रत्येक कुटुंबात जे कौटुंबिक निर्णय घेतले जातात, त्यावेळी कुटुंबातील प्रत्येक सदस्याने त्यात सहभागी व्हायला हवे असा अलिखित नियमच असावा. हे निर्णय पैशासंबंधी, मालमत्तेसंबंधी, प्रवास, लग्ने, कामाच्या विभागणीसंबंधी, आजारपणातील जबाबदाऱ्यांसंबंधी वगैरे असू शकतात. अशा वेळी सर्वांनी एकत्र विचारविनिमय करून निर्णय घ्यायला हवा.

कुटुंबातील नातेवाइकांचे वाढदिवस, इतर महत्त्वाच्या घटना लक्षात ठेवा. प्रत्यक्ष भेटून अथवा फोनने शुभेच्छा द्या. शुभेच्छा कार्डे पाठवा. जवळच्या नातेवाईकाच्या आयुष्यातील महत्त्वाची घटना असेल (वयाची साठी, पंचाहत्तरी, लग्नाचा २५ वा, ५० वा वाढदिवस इत्यादी) तर ती साजरी करा. भेटवस्तू, फुले द्या. आपल्या डायरीत अशा सर्व गोष्टींची नोंद ठेवा व रोज पाहायला विसरू नका.

भेटवस्तू दिली की देणारा, घेणारा दोघांनाही त्यापासून आनंद मिळतो. प्रेमाने भेट देता घेताना, ती काय किमतीची आहे, ती छान पॅक करून दिली का वगैरे महत्त्वाचे नाही. देण्यामागची भावना महत्त्वाची आहे. आपली आठवण ठेवून, न विसरता कुणीतरी आपल्याला 'भेट' दिली याचा आनंद अद्वितीय आहे.

कुटुंबातील सर्वांनी एकत्र पिकनिकला जाणे, प्रवासाला जाणे, एकत्र सण साजरे करणे हे जीवनात आनंदाचे क्षण देतात. यामुळे कौटुंबिक बंध दृढ होतात.

एकमेकांबद्दल अधिक प्रेम वाटते. एक प्रकारची सुरक्षिततेची भावनाही निर्माण होते. मी 'एकटा' किंवा 'एकटी' नाही. 'माझ्याबरोबर इतकी सर्व आहेत' ही भावना मनाला दिलासा देते.

२) शेजारी असणाऱ्यांशी बांधिलकी –

एक सिंधी म्हण आहे ' तुमचे शेजारी हेच तुमचे मायबाप आहेत.'

जर्मनीमध्ये उजवीकडे राहणारे शेजारी, डावीकडे राहणारे शेजारी आणि समोर राहणारे शेजारी या सर्वांशी आमनेसामने म्हणजे समक्ष संपर्क ठेवावा, असा अलिखित नियम आहे.

शेजाऱ्यांशी मैत्रीचे संबंध असावेतच. शिवाय एक सांस्कृतिक एकोपाही असावा. हल्ली मोठमोठ्या को-ऑपरेटिव्ह सोसायट्या असतात आणि त्यात फार मोठ्या संख्येने अनेक कुटुंबे राहातात. त्यांना केव्हा तरी (१५ ऑगस्ट, २६ जानेवारी, दिवाळी, नवीन वर्ष दिवस) एकत्र आणण्यासाठी क्लब हाऊस किंवा कल्चरल सेंटर बांधलेले असते.

याशिवाय अशा मोठ्या सोसायटीमध्ये अनेक प्रकारची कार्ये करण्यासाठी समितीही असते. आपल्या सोसायटीच्या लहानमोठ्या समस्या हाताळणे हा त्याचा मुख्य उद्देश असतो. अशा सोसायट्यांमध्ये छोटे छोटे गटही तयार होतात. ज्येष्ठ नागरिकांचा गट, हास्यक्लब, सकाळी फिरायला जाणाऱ्यांचा गट, पत्ते खेळणाऱ्यांचा गट, महिला मंडळे, मुलांचे खेळाचे गट – त्या त्या गटात आपोआप मैत्रीचे संबंध निर्माण होतात. ही जणू विस्तारित कुटुंबे असतात. आपल्याला कधीही एकटेपणाची भावना येणार नाही.

३) समाजाशी बांधिलकी –

समाज हा खूप मोठा असतो. प्रत्येक समाजाचे काही नियम, काही बंध असतात, ते पाळायला हवेत. सामाजिक तसेच धार्मिक बंध असतात. ते पाळल्यासच आपला सर्वांशी एकोपा टिकतो. समाजात तुम्ही कुठल्यातरी सांस्कृतिक वा धार्मिक संस्थेचे सदस्य असता. तिथे परस्परसंबंध जपावे लागतात. समाजात आपल्या जातीचे लोक तसेच परजातीचे लोक असतात. प्रत्येक जातीची एक वेगळी ओळख असते. अस्मिता असते. ज्यू, सिंधी, पारशी ही मंडळी जगभर विखुरली असूनही एकमेकांना धरून असतात. एकमेकांना मदत करतात. हाही एक सामाजिक बांधीलकीचा भाग आहे.

४) देशाशी बांधीलकी –

खालच्या प्रश्नांची प्रामाणिकपणे उत्तर द्या.

देशासाठी तुमचे योगदान काय आहे?

भोवतालची परिस्थिती आणि पर्यावरण यासाठी तुम्ही झटता का?

देशाच्या प्रगतीमध्ये तुमचा सहभाग आहे का?

देशाच्या राजकारणाबाबत तुमचे ठाम मत आहे का?

तुम्ही चांगले नागरिक आहात का?

तुमची उत्तरे काहीही असोत, तुम्हाला देशाशी संलग्न राहणे आवश्यक आहे. देशासाठी तुम्ही कार्यशील असावे. निष्क्रिय नसावे.

मानवतेचे समीकरण –

प्रत्येकाला आपल्या बरोबरीने, समानतेने वागवण्याची स्वतःमध्ये क्षमता हवी.

वेदात सांगितले आहे की 'एकात सर्व येतात आणि सर्वांत एक येतो' असे असले, तरी आपण इतरांना आपल्यासमान वागवतोच असे नाही.

एका पुस्तकाच्या दुकानात, एक छोटा मुलगा आणि एक पोक्त गृहस्थ बिल चुकते करण्यास गेले असता, त्या पोक्त गृहस्थाने त्या छोट्या मुलास ढकलून स्वतः पुढे जाऊन बिल चुकते केले. त्या मुलाने अत्यंत निष्पापपणे त्या गृहस्थांना विचारले, "तुम्ही मला का ढकललेत?" त्या गृहस्थाकडे त्याचे उत्तर नव्हते.

कै. रुक्मिणी अरुंडेल यांनी एकदा स्वतःचा अनुभव सांगितला. त्या म्हणाल्या, "या नव्या पिढीला काय झाले आहे? एकदा विमानतळावर रांगेत मी दोन बॅगा घेऊन हळूहळू पुढे सरकत होते." माझ्या मागे उभा असलेला तरुण म्हणाला, "बाई, भरभर चालता येत नाही का?" खरे म्हणजे त्याने माझी एक बॅग उचलून घेऊन, मला मदत करायला हवी होती. त्याऐवजी मला बाजूला सारून तो 'सरका बाजूला' असे म्हणून स्वतः पुढे गेला. वडीलकीचा काहीच आदर त्याला नव्हता. आपल्या संस्कृतीचाही नाही."

त्या उलट साधू वासवानी यांच्या लहानपणची एक कथा आहे. साफसफाई-कामगाराच्या मुलाबरोबर ते खेळत असत. त्यांच्या आईने त्यांना बजावले, "खबरदार त्याला कधी शिवलास तर !" त्या छोट्याने निष्पापपणे विचारले, "आई, तोही माझा भाऊच आहे ना?"

प्रसिद्ध नट राज कपूर नेहमी सर्वांना एक उपदेश करीत. "जो दुसऱ्याला आपल्यापेक्षा कनिष्ठ किंवा कमी प्रतीचा समजत नाही, तोच खरा महान असतो."

लहान मुलांना आप-पर भाव नसतो. ती सर्वांनाच आपल्या समान समजतात. आपण मोठी माणसेच आपल्या भोवती अनेक बंधने, काटेरी कुंपणे व भिंती घालून घेतो.

मुखवटे घालून वावरता? किती ?

सिद्धार्थ, माझे एक नातेवाईक, मला नेहमी सांगायचे, "स्वतःवर कोणत्याही प्रकारची सक्ती करू नये" त्याची चार कारणे आहेत.

स्वतःवर सक्ती करणे, म्हणजे स्वतःवर हिंसाचार करण्यासारखे आहे.

अभ्यास करण्याची किंवा नको असताना, इच्छा नसताना सिनेमाला जाण्याची स्वतःवर सक्ती झाल्यास त्या गोष्टी करताना मन एकाग्र राहू शकत नाही. त्यात आनंद न मिळता ते ओझे वाटते.

स्वतःवर सक्ती करणे हे तुम्हाला अनैसर्गिक बनवते आणि मनात संघर्ष निर्माण होतो.

सक्तीने एखादी गोष्ट केल्यास, आपली कार्यक्षमता कमी होते आणि मनात ताण निर्माण होतो.

नेहमी नैसर्गिकपणे व स्वाभाविकपणे वावरा. याचा अर्थ तुम्ही रानटीपणाने, वळण न लावल्याप्रमाणे वागावे – असा नाही. तुम्ही मोकळेपणाने वागावे.

नैसर्गिकपणे वागा म्हणजे 'मुखवटा घालून वावरू नका.' आपण समाजात वावरताना अनेक प्रकारचे मुखवटे घालून वावरत असतो. कधी कधी आपण चांगले नट नसतो आणि मग आपली विश्वासार्हता गमावून बसतो. कधी कधी हे मुखवटे अतिशय पातळ व पारदर्शक असतात. दुसऱ्याला त्यातील फोलपणा लगेच ओळखता येतो. काही काही मुखवटे इतके जाड असतात की, आपल्यालाच त्यांचे ओझे वाटते. आपल्या सच्चेपणाला तडा जाईल असे वाटू लागते. असे जाडजूड मुखवटे पडले, तर मात्र त्या माणसाचा अत्यंत कुरूप चेहरा सर्वांना दिसू लागतो.

आपण जसे आहोत तसे नैसर्गिकपणे वावरलो तर किती तरी मानसिक ताण, बंधने, विसंवाद, मनातील द्वंद्व नाहीशी होतील. नैसर्गिक, उत्स्फूर्त वागणुकीमुळे मनाला शांतता मिळते. मनाची ओढाताण होत नाही. आपल्या भावनांचा बहुमोल ठेवा सुस्थितीत राहतो.

कथकली नृत्य करणाऱ्यांना मुखवटा घालणे क्रमप्राप्त आहे. भूतानी लोकनृत्य करणारेही तऱ्हेतऱ्हेचे मुखवटे घालतात. काही नाटकांतही मुखवट्यांचा वापर होतो. हे मुखवटे प्रतीकात्मक असतात. खोटे बनवलेले असतात.

आपण रोजच्या जीवनात मात्र खोटेपणाने वागू नये. त्यामुळे आपल्याला अपराधाची भावना येऊ शकते.

काही मंडळी स्वतःची प्रतिमा उंचवण्यासाठी असा मुखवटा घालून वावरतात. एकाच वेळी ते दोन किंवा तीन भूमिका बजावत असतात. सतत मुखवटा धारण करून खोटे खोटे वागण्याने प्रचंड शीण येतो. खोट्या रंगवलेल्या चेहऱ्यापेक्षा, खरा मूळ चेहरा अधिक प्रसन्न असतो.

मेंढीचे कातडे पांघरून वावरणाऱ्या लांडग्याची कथा सर्वांना माहीतच आहे. असे मेंढीचे कातडे पांघरून एक लांडगा मेंढ्यांच्या कळपात शिरला. सर्वांची नजर चुकवून रोज एक मेंढी खाता येईल, असा लबाड पण धूर्त विचार त्याच्या मनात होता. कळपात असताना तो मेंढीप्रमाणे दिसण्याचा, वागण्याचा प्रयत्न करीत होता. कोवळे गवत दिसताच सर्व मेंढ्या, बकऱ्या 'बें-बें' करत आवाज करू लागल्या. लांडग्यानेही तसाच आवाज काढण्याचा प्रयत्न केला; पण त्याचा आवाज मेंढपाळाने लगेच ओळखला आणि त्याला बडवून, हाकलून लावले. लांडग्याला त्याच्या मुखवट्याचा काहीच उपयोग झाला नाही. त्याचे बिंग फुटलेच.

सिंधी भाषेत एक म्हण आहे, ''परमेश्वरा, मला अतिशहाणा करू नकोस. अतिशहाण्यांना फार दुःख सहन करावे लागते.'' लांडग्यासारखा अतिशहाणपणा, धूर्तपणा नसलेलाच बरा. आपण मेंढी बकरीप्रमाणे असलो तर तसेच असू दे !

एखाद्याच्या बाह्यरूपावरून, त्याच्या केवळ चेहऱ्यावरून त्याला अजमावता येत नाही.

पावसाळ्याचे दिवस होते. माझ्या मुलीसाठी रेनकोट घेण्यासाठी मी जवळच्याच एका छोट्या दुकानात शिरले. दुकान अस्ताव्यस्त होते. सामानांची बंडले इकडेतिकडे कशीतरी ठेवलेली होती. दुकानाच्या मागच्या बाजूला असलेल्या राहत्या घरातून एक मनुष्य, बहुधा दुकानदार, बाहेर आला. त्याने चुरगळलेला पायजमा व मळका टी शर्ट घातलेला होता. माझी रिक्षा मी थांबवलेली असल्याने मी घाईत होते. त्याने दाखविलेल्या रेनकोटांपैकी चटकन् एक निवडून मी त्याला तो बांधून देण्यास सांगितले. हे काम करत असतांना तो म्हणाला, ''तुम्ही मिस् ------- ना?'' आश्चर्यचकित होऊन मी त्याच्याकडे पाहू लागले. लग्नापूर्वीचे माझे माहेरचे नाव त्याला कसे काय माहीत होते?

''आपण दोघे कॉलेजात एकत्र होतो. आठवत नाही का?''

आम्ही जुन्या आठवणी सांगू लागलो. नंतर त्याने सांगितले की त्याला नेहरू फेलोशिप मिळाली होती व तीन वर्षे तो रशियन युनिव्हर्सिटीत शिकून आला. त्याने पीएच.डी. मिळवली आणि तो इथल्या युनिव्हर्सिटीत संशोधन कार्य करतो. तो मानववंशशास्त्रज्ञ होता.

''मग तू इथे काय करतो आहेस?'' मी आश्चर्याने विचारले. ''हा आमचा कौटुंबिक धंदा आहे. वडिलांना आता सर्व काम झेपत नाही म्हणून सकाळी थोडावेळ मी त्यांना मदत करतो.''

ह्या प्रसंगाने मला एक धडा शिकवला. 'दिसणे' कधी कधी 'फसवे' असते. त्यामुळे गैरसमज होऊ शकतो.

स्वामी कृष्णानंदजी आपल्या प्रवचनात एक कथा नेहमी सांगतात.

''माझा मुक्काम हृषीकेशला होता. एक दिवस तेथील महारोग्यांच्या वस्तीत मी खाद्यवाटप करण्यास गेलो. एका डोंगराच्या पायथ्याशी ही महारोग्यांची छोटी वस्ती होती. सर्वांना खाद्यपदार्थांचा एक-एक पुडा देऊन झाल्यावर मी सहज विचारले, ''कुणी राहिले तर नाही ना?''

''हो ! तुम्ही आमच्या बाबांना अजून दिले नाहीत. ते वर डोंगरावर राहातात'' एकाने सांगितले. खाद्यपदार्थांचा एक पुडा घेऊन मी पाऊलवाटेने हळूहळू चढत डोंगरावरील एका झोपडीपाशी पोहोचलो. तेथे फाटकी लक्तरे नेसलेला एक महारोगी माणूस होता. मी त्याला खाद्यपदार्थ घेण्यासाठी बाहेर बोलावले. त्याने अस्खलित इंग्रजीत विचारले, ''तुम्ही आत येणार नाही का?'' हा बाबा म्हणजे साधासुधा माणूस नव्हता. उच्चविद्याविभूषित होता. हिंदी, इंग्रजी, जर्मन, फ्रेंच सर्व भाषा त्याला अवगत होत्या.

उच्चपदस्थ सरकारी नोकर होता. निवृत्त झाला आणि ह्या असाध्य रोगाने त्याला पछाडले. 'महारोगी' म्हणून समाजाने त्याला ठोकरले. त्याच्या कुटुंबातील मंडळींनीही त्याला वाळीत टाकले. तो इथे हृषीकेशला या महारोग्यांच्या वस्तीत राहायला आला. ध्यानधोरणेत मग्न राहू लागला. परमेश्वराचीच आराधना करू लागला. इतरांची सेवा करू लागला. त्याची आध्यात्मिक प्रगती झाली होती.''

स्वामीजी पुढे म्हणाले, ''नुसत्या चेहऱ्यावर जाऊ नका. कधी कधी चकाकणारे नाणे 'खोटे' असते, तर कधीकधी मळके, काळे पडलेले नाणे 'अस्सल सोन्याचे' निघते.

इतरांशी नातेसंबंध -

२० व्या शतकातील एक आश्चर्यजनक व्यक्ती आल्बर्ट श्वेट्झर (Albert Schweitzer) याबद्दल आपण सर्वांनी ऐकलेलेच आहे. तो एक वैद्यकी शिकलेला धर्मप्रचारक होता. नियोजन करण्यात तरबेज होता. तो डॉक्टर होताच. शिवाय त्याला संगीतही येत होते. फार विचारवंत आणि तत्त्वज्ञानी होता. आफ्रिकेच्या घनदाट जंगलात फिरण्याचे तो साहस करत होता. सर्व मानवांमध्ये मित्रत्वाची भावना कशी निर्माण होईल याबद्दलचे 'सत्य' तो शोधत होता. तेथे 'ओगूमे नदीतील एका तराफ्यावरून तो जात असताना त्याला अचानक हे 'सत्य' सापडले. हे सत्य होते 'जीवनातील पूज्यभाव, आदर असणे' तो शोधत असलेले हे सत्यतत्त्व त्याला गवसले.

खरोखर, 'जीवनाबद्दल पूज्यभाव असणे' ही इतर सर्वांशी उत्तम संबंध ठेवण्याची गुरुकिल्ली आहे. जीवनाबद्दल पूज्यभाव असेल, तर जीवनाला हानी पोहोचेल असे आपण कधीच वागणार नाही. एकंदर सर्वच जीवनाविषयी आपल्याला आदरभाव असेल, तर आपण जातीधर्मापलीकडे जाऊन फक्त मानव जातीचाच विचार करू. धर्मनिरपेक्षता असणे, सर्वांना समान मानणे, संपूर्ण मानवजातीबद्दल पूज्यभाव असणे हेच सत्याचे मूलतत्त्व आहे.

'वसुधैव कुटुंबकम्' - संपूर्ण जग म्हणजे एकच कुटुंब आहे. ही आपली वेदांतील शिकवण आहे. लहान, मोठा, उच्च,नीच, श्रीमंत, गरीब, कोणत्याही जातीधर्माचा असो, प्रत्येक मानवाचा आपण आदरच करायला हवा. प्रत्येकाशी आपला भावस्पर्शी बंध असतो. दुसऱ्यांशी असलेल्या संबंधात आपण द्यावे; घेऊ नये. निर्मिती करावी, नष्ट करू नये. बळकटी आणावी, क्षीण करू नये.

मानवी हृदयात प्रेमाचा झरा असतो. संपूर्ण मानवजातीबद्दल आदरभाव असणे ही भावना माणसाला दयाळू बनवते. दुसऱ्याबद्दल अनुकंपा वाटू लागते, प्रेमभाव उदयास येतात. स्वतःतच गुरफटून न राहता दुसऱ्याचा विचार करण्याची भावना निर्माण होते.

एक छोटीशी मुंगी भल्या मोठ्या हत्तीला कशी सतावून सोडते व मारते ही कथा सर्वांना माहीत आहे. हत्ती मुंगीपेक्षा कितीतरी पटीने बलवान असतो. त्याची शारीरिक शक्तीही अफाट असते. असे असूनही नेहमी पायदळी तुडवली जाणारी एक यःकश्चित मुंगी त्या बलाढ्य हत्तीला नामोहरम करते. तात्पर्य काय, तर कोणालाही कमी लेखू नका. अत्यंत गौण, क्षुल्लक व्यक्तीबद्दलही आदराचीच भावना बाळगा.

माझी एक विद्यार्थिनी होती. अत्यंत गरीब घरातली होती. तिचे वडील चतुर्थश्रेणीचे कर्मचारी होते. कोणाला स्वप्नातही असे वाटले नव्हते की ही मुलगी स्वतःच्या बुद्धीने, प्रयत्नाने आपल्या व्यवसायात इतक्या उच्चपदावर पोहोचेल ! ज्यांनी ज्यांनी तिला तुच्छ लेखले होते, तिच्या महत्त्वाकांक्षेची टर उडवली होती, तीच मंडळी आता स्वतःच्या व्यावसायिक गरजांसाठी तिची मदत घ्यायला जातात.

कोणालाही कमी लेखू नका. प्रत्येकात काही ना काही सुप्त गुण असतात. जगात प्रतिभा आणि असामान्य कर्तृत्व भरपूर आहे. वैश्विक बुद्ध्यंक (IQ) त्यांच्या मदतीसाठी सदैव तयार असतो.

दुसऱ्याला कमी लेखणे, म्हणजे स्वतःबद्दल अतिचांगले मत असणे. स्वतःला इतरांपेक्षा सर्व दृष्टीने अधिक हुशार समजणे, हा फाजील अहंगंड आहे. दुसऱ्यांशी वागताना स्वतःचा वरचढपणा, स्वतःचे श्रेष्ठत्व मिरवण्याची गरज नाही. सर्वांना 'समान' समजून वागावे.

एखादे निसर्गदृश्य पाहून एकाला त्यात काहीच सौंदर्य दिसत नाही. तर तेच निसर्गदृश्य पाहून दुसऱ्या एखाद्याला त्यात विलक्षण सौंदर्याची अनुभूती मिळते. काहीजणांना जंगल 'कुरूप' असल्याचा भास होतो; कारण त्यांना तेथे किडे, सरपटणारे प्राणी, हिंस्र पशू यांची भीती वाटते. काहींना तेथील झाडांचे वैविध्य पाहून आनंद मिळतो. त्यांना वाळवंटातही, वाऱ्याने तयार झालेली वेगवेगळ्या आकृतिबंधाची वाळूची टेकाडेही सुंदर वाटतात. कोणतीही गोष्ट चांगली वाटणे, सुंदर दिसणे हे आपल्यावरच अवलंबून असते. आपण संकुचित विचार करतो. आपण आपल्याभोवती आपलेच एक छोटे जग निर्माण करतो. त्यातच जगतो. टीका करणे, नावे ठेवणे अशा गोष्टी करतो. आपण आपल्या छोट्या मर्यादित जगाबाहेर पाऊल टाकायला हवे.

बाहेरच्या जगात अनेक प्रकारची माणसे राहातात. त्यांच्याशी आपला संपर्क साधायला हवा. दुसऱ्यांनी आपल्याशी कसे वागावे हे आपण ठरवू शकत नाही. पण आपण इतरांशी कसे चांगुलपणाने वागावे हे आपण निश्चितच ठरवू शकतो.

तुम्ही चांगुलपणाने वागाल तर तुम्ही चांगलेच ठराल. दुसऱ्याची निंदा केलीत तर तुम्हाला स्वतःची निंदाच ऐकावी लागेल.

माझा भाचा शेजारच्या मुलाशी भांडू लागला की त्याची बहीण त्याला ओरडायची, ''तो जर तुझ्याशी असाच वागला, तर तुला कसे वाटेल?''

दुसऱ्याचा दृष्टिकोन समजून घ्या. दुसऱ्यात काय वाईट आहे, हे शोधण्यापेक्षा त्याच्यात काय चांगले आहे ते शोधा. प्रेम, अनुकंपा या भावना चमत्कार घडवू शकतात. तुम्हाला स्वतःलाही समाधान देतात.

सर्व नातेसंबंध देवाण-घेवाणीतून घडतात. आपल्या कुटुंबातील मंडळींसाठी आपण अधिक द्यावे, कमी घ्यावे. थोडा फार त्याग करण्याची तयारी हवी. मित्रमंडळींसाठीही हीच वृत्ती असावी. देत राहावे. म्हणजे त्यांच्याकडून तसेच मिळत राहील.

पूर्वी वाचलेली एक कथा आठवली.

न्यूयॉर्कमधील एका आलिशान हॉटेलमध्ये न्यू इयर ईव्ह पार्टी चालू होती. एक तरुण मुलगी नाचत होती. तेव्हा तिला एक तरुण आकर्षक पुरुष भेटला. त्यांचे प्रेम जडले व त्यांनी लग्न करण्याचा निर्णय घेतला. त्याने तिला पूर्वसूचना दिली की तो अलास्कामध्ये राहतो. तो राहतो ते छोटे गाव मोठ्या वस्तीपासून दूर आहे; पण म्हणतात ना प्रेम आंधळे असते. तिला त्याच्याशीच लग्न करावेसे वाटले. त्यांनी चर्चमध्ये जाऊन लग्न केले व दोघे त्याच्या गावी अलास्कामध्ये गेले. तिथे थोड्याच दिवसांत तिला एकटेपणा सतावू लागला. जगापासून दूर फेकल्यासारखे वाटू लागले. न्यूयॉर्कसारख्या गजबजलेल्या शहरात ती वाढली होती.तेथील तिचे आयुष्य वेगळे होते. पार्टीज्, पिकनिक्स, मित्रमैत्रिणी, सुंदर कपडे या गोष्टींची तिला सवय होती. अलास्कामधील या छोट्या गावात तिला आयुष्य नीरस, कंटाळवाणे वाटू लागले. न्यूयॉर्कसारख्या वेगवान शहरात परत जावे असे तिला वाटू लागले. तिची मनःस्थिती ओळखून, तिच्या पतीने तिला न्यूयॉर्कला परत जाण्याची अनुमती आनंदाने दिली. त्या छोट्या गावातील, छोट्या स्टेशनावर तो तिला घेऊन गेला. दोनच डबे असलेल्या छोट्या ट्रेनमध्ये ती चढली व नवऱ्याला 'टा टा' करू लागली. त्यावेळी त्याचे तिच्याकडे लक्ष गेले नाही. तो वळून स्टेशनबाहेर जाऊ लागला. त्या एकाकी निर्मनुष्य स्टेशनवरची बाहेर पडणाऱ्या नवऱ्याची पाठमोरी आकृती पाहून तिला अचानक त्याच्या एकटेपणाची जाणीव झाली. ती स्वतःचाच विचार करत होती; पण त्या हिमाच्छादित छोट्या गावात तिच्याशिवाय तो किती एकटा पडेल याचा विचार तिला सतावू लागला. त्या एकाकी निर्मनुष्य स्टेशनवरची त्याची पाठमोरी आकृती तिला सतत दिसू लागली; सतावू लागली. आता ती स्वतःपेक्षा त्याचाच विचार अधिक करू लागली. एका आठवड्यांतच ती परत अलास्काला आपल्या नवऱ्याकडे गेली. 'प्रेम म्हणजे त्याग' हे खरेच आहे.

हल्ली दोघेही नवराबायको नोकरी करतात. अनेकदा त्यांना आपापल्या व्यवसायामुळे दूरदूर राहावे लागते. शनिवार–रविवारी सुटी असेल तेव्हाच ते एकत्र येऊ शकतात; पण त्यामुळे त्यांच्या प्रेमबंधनास बाधा येत नाही. मोबाइल फोन, ई–मेलमुळे रोज ते एकमेकांच्या संपर्कात असतात. मुलांनाही एकटेपणा जाणवू देत नाहीत.

विश्वास, एकनिष्ठता, प्रामाणिकपणा या गुणांमुळे हे नातेसंबंध दृढ राहतात.

थोडक्यात काय, आपण दुसऱ्याशी जसे वागू, तसेच ते आपल्याशी वागतील असा विश्वास असू द्या. सर्वांशी समानतेच्या, बंधुत्वाच्या नात्याने वागा. सर्वांशी गोड वागा. प्रेम द्या, प्रेम घ्या. स्वतःपुरता संकुचित विचार करू नका. इतरांचाही विचार करा. अशानेच कुटुंबातील सदस्यांशी, शेजारीपाजारी, मित्रमंडळी, सर्वांशीच तुमचे नातेसंबंध चांगले व दृढ राहातील. एकूण समाज तुमचा आदर करेल. तुम्हाला मानसिक शांती व समाधान लाभेल.

❑

४

यश मिळवण्यासाठी मार्गदर्शक तत्त्वे

आपली अंतःस्थ शक्ती जागृत करा –

तुमच्याकडे अमर्याद शक्तीचा साठा असतो. ही सुप्त शक्ती जागृत करा. मग तुमची दृष्टी व्यापक होईल. तुमचे ध्येय दृढ राहील. तुमची ऊर्जा वाढेल. तुम्ही आयुष्यात उच्च ध्येय गाठाल. मनातील अनावश्यक गोष्टी काढून मन स्वच्छ झाले की हवी ती 'जाणीव' येईल. बंधमुक्त विशाल मनात निर्मितिक्षम ऊर्जा निर्माण होते.

मनातील अनावश्यक गोष्टी काढून टाकणे म्हणजे काळजी, नैराश्य दूर सारणे. जे विचार निर्हेतुकपणे मनात येत असतात ते झटकून टाकणे.

एकदा का तुम्हाला तुमच्या उदंड निर्मितिक्षम शक्तीची जाणीव झाली की मग 'अशक्य असे काहीच नाही' याची तुम्हाला जाणीव होईल.

आपली अंतःस्थ शक्ती आपल्या मदतीला आहे, याची खात्री पटली की मग तुम्ही अधिक उच्च ध्येय बाळगाल व त्यासाठी अधिक प्रयत्न कराल.

तुमच्यातील 'अंतःस्थ ऊर्जा' ही तुमची खरी संपत्ती आहे. त्याचा तुम्ही केव्हाही उपयोग करून घेऊ शकता. तुमच्या या अमाप संपत्तीची तुम्हाला जाणीव झाली म्हणजे तुम्हाला अज्ञात भविष्याची भीती वाटणार नाही. या अंतःस्थ शक्तीमुळे तुम्हाला धैर्य व आत्मविश्वास येईल.

धीट व्हा, आत्मविश्वास बाळगा –

नुसत्या मोठमोठ्या गोष्टींची स्वप्ने पाहून उपयोग नाही. ती स्वप्ने सत्यात उतरण्यासाठी प्रचंड आत्मविश्वास हवा. स्वतःमध्ये तसेच आपल्या अवतीभोवती असणाऱ्या मंडळींबद्दलही विश्वास हवा. आत्मविश्वास असल्याशिवाय तुम्ही पुढे सरकणार नाही. एक म्हण आहे – 'प्रत्येक माणूस 'महान' असतो; फक्त या महानतेला तो स्वतःपर्यंत पोहोचू देत नाही.'

स्वतःवर श्रद्धा असू दे. स्वतःला कधीही कमी लेखू नका. माणूस म्हणून तुमची किंमत तुम्ही कमी लेखू नका.

तुमची ध्येये निश्चित व सुस्पष्ट असू द्या –

तुम्हाला काय साध्य करावयाचे आहे? तुमचे लक्ष्य तुम्हाला स्पष्टपणे माहीत आहे का?

असे गृहीत धरूया की तुम्हाला 'नेता' बनायचे आहे. 'नेतृत्व' म्हणजे नेमके काय करावयाचे आहे ते ठरवा. त्याचे चित्र स्पष्ट होण्यासाठी एक कागद घ्या आणि तुम्हाला कोणत्या प्रकारचे नेतृत्व प्राप्त करावयाचे आहे ते लिहा.

राजकारणात? उद्योगधंद्यात? शिक्षणक्षेत्रात? प्रसारमाध्यमात? तुमचे ध्येय काय आहे, नक्की कोणत्या क्षेत्रात नेतृत्व मिळवायचे आहे, हा सर्व विचार आधी स्पष्टपणे करून घ्या. नंतर ते मिळवण्याच्या दृष्टीने पाऊल उचलता येईल.

'कृती करणे' महत्त्वाचे आहे –

आपली स्वप्ने सत्यात उतरवण्यासाठी जर कृती केली गेली नाही, तर त्या स्वप्नांचा चक्काचूर होईल. आपले स्वतःचे एक छानसे घर असावे असे तुमचे स्वप्न असेल तर प्रथम आपल्या काय गरजा आहेत ते लिहून काढा. प्रथम या योजनेसाठी लागणाऱ्या पैशांचा विचार करा. कर्ज हवे असेल तर कोणत्या बँकेकडे जायचे ते ठरवा. नंतर तुम्हाला एक स्थापत्यविशारद लागेल. एक काँट्रॅक्टर लागेल. एक रिअल इस्टेट एजंट लागेल. वगैरे वगैरे. फक्त 'विचार'च करत बसू नका. उठा; कृती करा. तुमच्यातील सुप्त ऊर्जा जागी करा. कामाला लागा आणि मग पाहा. तुमच्या अपेक्षेपेक्षा लवकर तुमचे घराचे स्वप्न पूर्ण होईल.

यश मिळवण्यासाठी तुम्हाला तीन गोष्टींची गरज आहे. IAA असे समीकरण केलेले आहे.

१) Inspiration म्हणजे स्फूर्ती, प्रेरणा, प्रेरकशक्ती.

२) Aspiration म्हणजे जबरदस्त महत्त्वाकांक्षा.

३) Application म्हणजे परिश्रम, प्रयत्नांची पराकाष्ठा.

ही स्फूर्ती किंवा प्रेरणा येते कुठून? मानवाला उपजतच ही प्रेरणाशक्ती असते. आपण शांत बसलेलो असतो, तेव्हा अनेक कल्पना आपल्या मनात घोळत असतात. शांततेतच नव्या कल्पनांचा उगम होत असतो. आपल्या कल्पना सामान्य असोत की उच्चस्तरीय असोत, हा आपला आतला आवाज आपण ऐकायला हवा. नाहीतर ह्या कल्पना हवेत विरून जातील.

एकदा आपल्याला प्रेरणा मिळाली की मग विचारचक्र सुरू होईल. 'मला सुचलेली ही कल्पना मला लाभदायक कशी होईल?' असा विचार करा.

महान शास्त्रज्ञ, शोध लावणारे महाभाग या सर्वांना ते शांत, रिलॅक्स असतात तेव्हा या काही कल्पना स्फुरतात. मनात विचारांचे बीज रुजते. अथक परिश्रम आणि चिकाटीने ते त्याचा पाठलाग करतात. त्यांच्या मनात रुजलेल्या बिजाचा मोठा वृक्ष होतो. त्यांची कल्पना मूर्त स्वरूपात उतरते. तुम्हाला कल्पनेचे बीज मिळते ते फेकून देऊ

नका. त्यावर कष्ट करा. परिश्रम करा.

स्वतःवर विश्वास ठेवा आणि यश मिळवा –

शिक्षण व व्यवसायाचे व्यवस्थापन –

हल्ली सर्वांना लहानपणीच आपला नंतर काय व्यवसाय असावा, हे काळजीपूर्वक निवडण्यास सांगितले जाते व नंतर त्याप्रमाणे शिक्षण घेता येते. प्रत्येकाची नैसर्गिक क्षमता कशात आहे हे जाणून घेण्यासाठी हल्ली 'ॲप्टिट्यूड टेस्ट' घेतली जाते. ही खास चाचणी असते व त्यावरून मुलाचा स्वाभाविक कल कशाकडे आहे हे शोधले जाते.

योग्य तो व्यवसाय निवडा; योग्य ते शिक्षण घ्या; योग्य वेळी, योग्य ठिकाणी, योग्य प्रकारची नोकरी मिळवा अथवा योग्य धंदा सुरू करा म्हणजे मग 'यश' नक्की मिळेलच ! काही भाग्यवान मंडळींना असे सहज यश मिळते; पण हे सर्व ठिकाणीच खरे ठरत नाही.

आपण अनेक उदाहरणे पाहतो. व्यवसाय ठरवला जातो. त्याप्रमाणे त्यासाठी योग्य असे शिक्षणही घेतले जाते; पण नंतर अचानक त्यांना त्यांची खरी आवड काही वेगळीच असल्याचे लक्षात येते आणि मग ते आपण ठरवलेला व्यवसाय सोडून आपल्या आवडीच्या दुसऱ्या कोणत्या तरी पेशाची निवड करतात.

माझ्या मैत्रिणीच्या मुलीची 'ॲप्टिट्यूट टेस्ट' घेऊन तिला इंजिनियर होण्याचा सल्ला दिला गेला; पण तिला ते पसंत पडले नाही. ती कॉमर्स कॉलेजमध्ये गेली. नंतर एम.बी.ए. झाली. ती नृत्यही शिकत होती. अचानक तिचा शास्त्रीय नृत्याकडेच कल वाढला व तिने नृत्याचे वर्ग काढले. ती नृत्यशिक्षिका बनली व नावारूपालाही आली.

माझी एक विद्यार्थिनी अतिशय हुशार होती. कधीही पहिला नंबर सोडला नाही. युनिव्हर्सिटीत पहिल्या श्रेणीत पास झाली. बक्षिसेही पटकावली; पण एका सुटीत ती चॉकलेट्स बनवायला शिकली व त्याच्यातच रमली आणि आता तिचा चॉकलेट्सचा धंदा जोरात चालू आहे.

आपल्या सर्वांच्या परिचयाची उदाहरणे म्हणजे डॉ. श्रीराम लागू, डॉ. मोहन आगाशे ! हे दोघेही शिक्षणाने 'वैद्यकशास्त्र' शिकलेले. परंतु रमले मात्र आपल्या आवडीच्या क्षेत्रात – नाटक सिनेमात या दोघांनी नाव कमावले. डॉक्टरी शिक्षण घेतलेले अनिल अवचट प्रसिद्ध लेखक बनले. डॉ. सलिल कुलकर्णी संगीतात रमले. सुप्रसिद्ध गायिका डॉ. अश्विनी भिडे-देशपांडे ही इंजिनियर आहे, उच्चविद्याविभूषित आहे पण तिने नाव कमावले ते मात्र भारतीय शास्त्रीय गायिका म्हणून ! ह्या सर्व मंडळींनी आपआपल्या क्षेत्रात खूप यश मिळवले आहे.

कधीकधी बळजबरीने एखाद्या व्यवसायाचे शिक्षण घेतले जाते. वडील डॉक्टर असले तर त्यांना आपल्या मुलाने अथवा मुलीने डॉक्टरच व्हावे असे वाटते. तसा ते अट्टहास करतात व त्याप्रमाणे आपल्या मुलाला वा मुलीला शिक्षण देतात; पण आवड नसलेल्या क्षेत्रात मुलाचे मन रमत नाही. बळजबरीने केलेल्या कामात यश कसे मिळणार?

इच्छा नसताना, आवड नसताना, एखाद्याला एखादा व्यवसाय करावा लागला तर त्यात यश मिळवणे फार अवघड जाते. आवडीचे काम असेल, त्यात मन रमत असेल, त्यात आनंद मिळत असेल तरच त्या क्षेत्रात यश मिळू शकते.

अनेकदा असेही दिसून येते की, फारसे उच्च शिक्षण न घेतलेली मंडळी एखादा आवडीचा धंदा सुरू करतात, भरपूर परिश्रम करतात व त्यात यशस्वी होतात. शिक्षण म्हणजे शाळाकॉलेजचे उच्च शिक्षण घेणे इतकेच मर्यादित नाही. इतर अनेक क्षेत्रे आहेत. नृत्य, संगीत, अभिनय, क्रीडा, चित्रकला, शिल्पकला, हस्तकौशल्य, पाककला अशा अनेक प्रकारच्या क्षेत्रात हल्ली व्यवसायाच्या संधी उपलब्ध आहेत.

उद्योगधंद्याची कोणतीही संधी तुम्ही निवडा, त्यात तुमची किती प्रगती होते हे महत्त्वाचे असते. तुमचे व्यक्तिमत्त्व, तुमचे कौशल्य, तुमची क्षमता यावरच 'यश' मिळवणे अवलंबून असते.

खलील जिब्रानची एक कथा इथे सांगावीशी वाटते. एका लघुकथेत त्याने 'मर्यादेपलीकडील दृष्टीची' म्हणजेच दूरदृष्टीची संकल्पना फार सुंदर रीतीने मांडली आहे. गोष्ट थोडक्यात पुढीलप्रमाणे आहे. -

व्हायलेट नावाचे जांभळट रंगाची गोड वासाची फुले देणारे एक छोटेखानी फुलझाड आहे. एका बागेत असलेले हे झाड तक्रार करू लागले, ''मी किती दुर्दैवी आहे ! किती क्षुल्लक आहे ! कनिष्ठ श्रेणीचा आहे ! गुलाबाकडे पाहा ना ! किती उंच, छान आहे, वरती आकाशाकडे पाहू शकते. मी मात्र अगदी छोटा आहे. जमिनीला लागून असतो. वर डोके काढून मी त्या निळ्या आकाशाकडे किंवा सूर्याकडे पाहू शकत नाही.''

गुलाबाने ते ऐकले आणि गुलाब म्हणाला, ''तू किती नशिबबान आहेस. निसर्गाने तुला केवढा सुगंध दिला आहे. किती सौंदर्य दिले आहे. लक्षात ठेव, जो नम्र, विनयशील असतो तो उच्च पदावर पोहोचतो आणि जो स्वतःला उच्च समजतो त्याचा नक्षा उतरवला जातो.''

निसर्गाने त्यांचे संभाषण ऐकले आणि व्हायलेटला म्हणाला, ''मुली, तुला काय झाले आहे ? तू किती नम्र आणि विनयशील होतीस. आज का तक्रार करते आहेस?''

व्हायलेटने उत्तर दिले, ''हे दयाळू निसर्गा, मला एक वर दे. माझी एक मागणी पुरी कर. एक दिवसासाठी मला गुलाब कर.''

''तू काय मागते आहेस, याची तुला कल्पना नाही. या तुझ्या आंधळ्या महत्त्वाकांक्षेमध्ये काय अरिष्ट लपलेले आहे ते तुला दिसत नाही.''

पण व्हायलेटने हट्टच धरला आणि निसर्गदेवाने तिची मागणी मान्य केली. व्हायलेट अतिशय सुंदर उंच गुलाब झाली. संध्याकाळी आकाश काळ्या ढगांनी भरले. गडगडाट होऊन मुसळधार पाऊस पडला. संपूर्ण बाग उद्ध्वस्त झाली. गुलाबाची व इतर फुले इतस्ततः विखरून पडली. जमिनीलगत वाढणारी व्हायलेटची फुले मात्र छान जिवंत राहिली. व्हायलेट फुलांची राणी म्हणाली, ''आपण छोटे आहोत जमिनीलगत राहतो; पण निसर्गाच्या कोपापासून आपले रक्षण झाले आहे. आपण सुखात आहोत. आपल्या त्या एक दिवसासाठी गुलाब झालेल्या व्हायलेटचे काय झाले पाहा.'' मरणासन्न असलेली व्हायलेट वर पाहून म्हणाली, ''मीपण सुखाने मरत आहे.'' मी माझ्या छोट्याशा जगातून बाहेर पडून उंच भरारी मारली आणि विश्वाच्या गूढ जगात जाऊन आले. मी रात्रीची शांतता अनुभवली आणि मला ऐकू आले, ''आपल्या अस्तित्वापलीकडची महत्त्वाकांक्षा हेच आपल्या अस्तित्वाचे अत्यावश्यक प्रयोजन आहे.'' हा हेतू मी साध्य केला आहे. ''गुलाब बनून, गुलाबाच्या डोळ्याने मी हे विश्व पाहिले. माझा जन्म झाला त्या जमिनीलगतच्या इवल्याशा जागेतून बाहेर पडल्यामुळे मला पलीकडे पसरलेल्या जगाचे ज्ञान झाले. हीच जगाची रचना आहे. हेच अस्तित्वाचे रहस्य आहे.'' खरेच, आपण आपल्या पलीकडे पाहायला हवे; आपल्या रोजच्या जीवनापलीकडील गोष्टींचा अनुभव घ्यायला हवा. महत्त्वाकांक्षा असणे गरजेचे आहे. पंडित जवाहरलाल नेहरू नेहमी म्हणायचे "Low ambition, not, failure, is crime." (कमी महत्त्वाकांक्षा हा गुन्हा आहे; अपयशी होणे नव्हे.) मोठी महत्त्वाकांक्षा बाळगा. तुमची इच्छाशक्ती जोरदार असेल तर तुम्हाला हवे ते तुम्ही नक्की मिळवाल. माणूस जसा विचार करतो तसा असतो. आपली ऊर्जा आपल्या विचारांमागे असते. मोठी महत्त्वाकांक्षा धरलीत तर ती साध्य करण्यासाठी तुम्हाला प्रेरणा मिळेल.

अनेकांनी आपले आत्मकथन केले आहे. अनेक आत्मचरित्रे मी वाचली. पैकी जे.आर. डी. टाटा यांच्या आत्मचरित्राने मी भारावून गेले; प्रभावित झाले.

जमशेटजी टाटा – त्यांच्या यशाचे रहस्य –

जमशेटजी टाटा हे भारतातील पहिले औद्योगिक मार्गदर्शक होते, असे म्हणायला हरकत नाही. औद्योगिक क्षेत्रांत ते अग्रेसर होते. यश मिळवण्यासाठी फक्त 'दृष्टी' असून उपयोग नाही. त्यासोबत 'कृती' हवी. आणि 'कृती' साठी 'धाडस' हवे.

या उद्योगपतीची यश मिळवण्याची सात रहस्ये काय होती ते पाहूया. भारताच्या आधुनिकीकरणाचे 'क्षेपणास्त्र' उडवण्यासाठी ते स्वतः प्रथम हातात एक काठी व कंदील

घेऊन हिंस्र श्वापदे व आदिवासी राहात असलेल्या घनदाट जंगलात भटकले. त्यांची यशाकडे वाटचाल सुरू झाली.

१) महादूरदृष्टी –

जमशेटजींना महान दूरदृष्टी होती आणि त्यावर त्यांचा दृढ विश्वास होता. भारतात पुन्हा 'सुवर्णयुग' येऊ शकेल, अशी त्यांची श्रद्धा होती. भारताचा औद्योगिक विकास होण्यासाठी भारतात अनेक सुप्त बीजरूप शक्ती व संभाव्य अंतःसामर्थ्य आहे याची त्यांना जाणीव होती. इंग्लंडसारखा छोटा देश औद्योगिक क्रांती घडवू शकतो तर मग ज्या देशात भरपूर खनिजसंपत्ती, पाणी आणि मनुष्यबळ आहे, अशा भारत देशाला ते का शक्य होऊ नये? हा विचार त्यांच्या मनात घोळत होता.

२) सृजनशील प्रतिभा –

साध्या रेतीचे सोन्यात रूपांतर करण्याची निर्मितिक्षमता जमशेटजी टाटांमध्ये होती. साधी टाकाऊ दलदलीची जमीन घेऊन त्यांनी 'समृद्धी' निर्माण केली. योग्य उपयोग केल्यास ही जमीन भरपूर उत्पन्न देऊ शकते हे त्यांनी सिद्ध केले. त्यांनी स्वतःच्या मनात प्रथम हे सारे जोखले होते.

३) निर्भयता –

जमशेटजी टाटा प्रचंड धाडसी होते. आपले भारताचे भूतपूर्व पंतप्रधान पंडित जवाहरलाल नेहरू म्हणाले होते, ''जेव्हा तुम्हाला कल्पना वा कृतीमध्ये नेतृत्व करावयाचे असते, जेव्हा हे मार्गदर्शन करताना विरोध होतो त्यावेळी आपल्याला हवी ती निर्मिती करण्यास प्रचंड धाडस लागते; अशा प्रकारची दूरदृष्टी व निर्भयता जमशेटजी टाटा यांच्यात आहे.'' जेव्हा स्वतःवर, स्वतःच्या विचारांवर दृढ विश्वास असतो, तेव्हाच अशी निर्भयता येते.

४) साहसी कृती –

आपली कल्पना, आपले स्वप्न प्रत्यक्षात उरतवण्यासाठी कृती करणे गरजेचे आहे. जमशेटजी टाटा हे कृतिशील होते. त्यांच्याबद्दल सर स्टॅनले रीड म्हणाले, ''कृतिशील माणसात असणारी ऊर्जा आणि प्रचंड ताकद ही या माणसात भरपूर आहे. त्यांच्याकडे पाहून त्यांच्याबद्दल हेच मत मनात ठसते.''

ते खरे 'कर्मयोगी' होते.

५) ज्ञान मिळवण्याची तृष्णा –

तुमच्या ध्येयाप्रत पोहोचण्यासाठी तुम्हाला त्या विषयाचे संपूर्ण ज्ञान असणे

आवश्यक आहे, जमशेटजी टाटा यांचे वाचन प्रचंड होते. त्यांचे सतत अध्ययन चालू असे. नव्या नव्या गोष्टींबद्दल ते सतत माहिती गोळा करीत. प्रत्येक संभाव्य गोष्ट ते पडताळून घेत. योग्य संधी येताच त्याचा उपयोग करून घेत असत. पोलादाचा कारखाना काढण्यासाठी लागणाऱ्या तंत्रज्ञानाचा त्यांनी अभ्यास केलाच; शिवाय कारखान्याच्या आसपासचे वातावरण रम्य करण्यासाठी त्यांनी वनस्पतिशास्त्राचाही अभ्यास करून उत्तमोत्तम झाडे, फुलझाडे लावली. सुंदर बागा निर्माण केल्या. जेव्हा तेथे प्लेगच्या रोगाने धुमाकूळ घातला तेव्हा या रोगाचे मूळ व त्यावरील उपाययोजना याचाही त्यांनी अभ्यास केला. हरप्रकारचे ज्ञान ते सतत मिळवत होते.

६) सबुरी –

त्यांच्यात शांतपणे वाट पाहण्याची क्षमता होती. प्रत्येक गोष्ट ते सबुरीने घेत असत. कोणत्याही परिस्थितीत ते धीर सोडत नसत. परिस्थितीवर काबू ठेवत असत. मिस्टर नॉर्मन त्यांच्याबद्दल म्हणतात – "मिस्टर टाटा यांना मी कधीही अधीर झालेले पाहिले नाही. त्यांनी आपला सोशीकपणा कधीही सोडला नाही." सबुरीने वागण्याची चिकाटी हवी. या गुणामुळेच औद्योगिक क्षेत्रात यश मिळते. कधीही आशा सोडू नये.

७) मानवता –

जमशेटजी टाटा दयाळू होते. प्रत्येक माणसाबद्दल त्यांना सहानुभूती होती. त्यांच्यात माणुसकी भरलेली होती. त्यांच्या कारखान्यातील मजूर म्हणजे त्यांचे जणू कुटुंबच ! आणि ते कुटुंबप्रमुख. जात, धर्म यांच्या पलीकडे जाऊन ते प्रत्येकाची नीट देखभाल करीत असत. मजुरांबरोबरच्या कायद्यात सुधारणा करण्यात ते अग्रेसर होते. मजुरांच्या कल्याणासाठी असणाऱ्या अनेक योजना त्यांनी आखल्या व त्यात प्रत्यक्ष भाग घेतला.

टाटा यांच्या यशामागची गुपिते काय होती ते पाहूया – त्यांनी पुढील सात सिद्धान्त पाळले.

१) त्यांनी 'धनसंपत्ती' निर्माण केली, वाढवली, ती स्वतःसाठी नव्हे तर इतरांसाठी – फायद्याविषयीचा सिद्धान्त.

२) त्यांनी देवाणघेवाणीचा सिद्धान्त पाळला. तुम्ही दुसऱ्याला जसे व जितके द्याल ते व तसे तुम्हाला परत मिळते.

३) त्यांनी आभार मानण्याचा सिद्धान्त पाळला. ते नेहमी कृतज्ञता व्यक्त करीत. ऋणनिर्देश करीत.

४) त्यांनी त्यागाचा सिद्धान्त पाळला. स्वतः त्याग करण्याची त्यांची नेहमीच तयारी असे.

५) त्यांनी दृढविश्वासाचा सिद्धान्त पाळला.

६) त्यांनी सत्याचा सिद्धान्त पाळला. प्रामाणिकपणा आणि पारदर्शकता हे त्यांचे गुण होते.

७) त्यांनी समानतेचा सिद्धान्त पाळला. ते सर्वांना समानतेने वागवत असत. 'मानवता' पाळत असत.

जे.आर.डी. टाटांबद्दल त्यांच्या स्मरणार्थ आदरभावना व्यक्त करताना म्हटले गेले आहे –

"त्यांनी आकाशाला स्पर्श केला आणि आकाश हसले.

त्यांनी आपले हात लांब ताणले आणि

त्या हातांनी संपूर्ण जगाला वेढले

त्यांच्या दूरदृष्टीमुळे माणसे व संस्था-संघटना

बलवान झाल्या, शक्तिशाली झाल्या."

जी.डी. बिर्ला –

जमशेटजी टाटांप्रमाणेच जी.डी. बिर्ला यांचे यशही भारावून टाकणारे आहे. जे.आर.डी. टाटांना दूरदृष्टी होती, तर जी.डी.बिर्लांना सुजाणता होती. भारतातील ते एक अग्रेसर उद्योजक झाले. त्यासाठी त्यांनी आचाराचे १३ नियम पाळले.

१) 'जो कल करें सो आज कर.' कोणतेही काम उद्यावर ढकलू नये. जे आज करता येईल ते आता लगेच करावे.

२) 'दूध का दूध, पानी का पानी' दूध आणि पाणी यांतील भेदभाव ओळखण्याची कला अवगत असावी.

३) 'जो बीत गया सो बीत गया' जे घडून गेले त्याबद्दल खंत नको. भविष्याचा विचार करावा.

४) 'टाइम अँड टाइड वेट फॉर नो मॅन' काळ आणि समुद्राची भरती-ओहोटी कोणासाठीही थांबत नाही. संधी एकदाच तुमच्या दाराशी येते; तेव्हाच तिचा फायदा उठवायला हवा.

५) प्रत्येक चूक हा नवा अनुभव असतो. त्यापासून तुम्ही धडा घेतला तर फायदा होईल नाहीतर भोगावे लागेल.

६) 'कर भला तो हो भला' नेहमी चांगले कृत्य करा, मदतीचा हात पुढे करा. तुमचे कल्याण होईल.

७) 'आराम हराम है' परिश्रम करा.

८) 'अर्लि टू बेड अँड अर्लि टू राईज मेक्स अ मॅन हेल्दी वेल्दी अँड वाइज' ही

इंग्रजी म्हण तंतोतंत पाळा 'लवकर निजे, लवकर उठे तया ज्ञान, आरोग्य, संपदा लाभे.'

९) देणाऱ्याचा हात घेणाऱ्याच्या हातापेक्षा अधिक उंचावर असतो; हे विसरू नका.

१०) 'टू अर इज ह्यूमन, टू फरगिव्ह डिव्हाइन' ही इंग्रजी म्हण लक्षात ठेवा. चूक करणे 'मानवी' आहे आणि क्षमा करणे हे 'ईश्वरी' आहे.

११) नम्र, विनयशील असावे. दुसऱ्याशी विनयाने बोलावे.

१२) जीवन हे 'आदान-प्रदाना' वर अवलंबून असते. दही जितके अधिक घुसळाल तितके अधिक ताक व लोणी मिळेल.

१३) ज्ञान हे अमर्याद असते. अधिकाधिक ज्ञान मिळवण्याचा प्रयत्न करायला हवा.

सामान्य माणूस पण असामान्य व्यावसायिक –

भारतातील एक सामान्य माणूस परदेशात एका मोठ्या फायनान्स कंपनीचा प्रमुख बनतो ही काही साधीसुधी गोष्ट नाही. कंपनीच्या कामानिमित्त जगभर प्रवास करणाऱ्या तरुण किशोरचे कामाचे वेड पाहून मी थक्क झाले. तो दिवसाचे १५-१६ तास काम करतो. शक्य तर फक्त रविवारी विश्रांती घेतो; आपल्या कुटुंबासमवेत वेळ घालवतो. त्याच्या यशाचे रहस्य मी त्याला विचारले. तेव्हा त्याने दहा गोष्टींचा उल्लेख केला.

१) एका वेळी एकाच कामाचा विचार –

एकाच कामाचा विचार केल्यास त्या एकाच कामावर एकाग्रतेने विचार करता येतो. अनावश्यक गोष्टी डोक्यातून काढून टाका. ते काम यशस्वी करावयाचे असेल तर मनात स्वच्छता, स्पष्टता हवी. एक काम संपवून मग दुसऱ्या कामात लक्ष घाला.

काम करताना मनाचा गोंधळ उडता कामा नये.

२) भावनिक प्रतिक्रिया –

''मी एखादे काम हाती घेतले की माझी एक भावनिक प्रतिक्रिया होते. त्याला सहावे इंद्रिय म्हणा किंवा अंतःप्रेरणा म्हणा ! एखाद्या ग्राहकाशी माझी मीटिंग असली की त्याच्याबरोबरच्या वाटाघाटी यशस्वी होतील की नाही ही भावना मला अगोदरच येते. त्या माझ्या भावनांवर माझा पूर्ण विश्वास असतो. मला अगोदरपासून जे वाटत असते तसेच नेहमी घडते.'' तुमची अंतःप्रेरणा काय म्हणते ते ऐकत जा.

३) उच्चस्तरीय ऊर्जा –

''तुमच्याकडे सकारात्मक उच्चस्तरीय ऊर्जा असल्याशिवाय आजच्या जगात तुम्ही यशस्वी होऊ शकणार नाही. सुदैवाने अशी ऊर्जा माझ्याकडे आहे; म्हणूनच मला

हवी ती कामगिरी मी प्रत्यक्षात उतरवू शकतो. शक्ती मिळवण्यासाठी मी व्हिटॅमिन्स घेत नाही की खास आहार घेत नाही. ही प्रबळ ऊर्जा माझ्याकडे जन्मजात आहे. देवाचीच देणगी आहे.''

४) प्रामाणिक आणि न्याय्य –

तुमच्या व्यवहारात तुम्ही प्रामाणिक आणि निःपक्ष असायला हवे. तुम्ही व्यूहरचनेत वाकबगार असाल; विश्लेषण करण्यातही कुशल असाल; पण प्रत्यक्ष व्यवहार करताना, तुम्ही नेक, प्रामाणिक आणि न्याय्य असायला हवे; नाहीतर तुम्ही तुमची विश्वासार्हता गमावून बसाल आणि धंद्यात वा व्यवसायात हे अत्यंत घातक ठरू शकते.

५) प्रेरणा –

कामगिरी यशस्वी व्हावी अशी अंतःस्थ प्रेरणा हवी. जिद्द हवी. तुमच्या ध्येयाने तुम्हाला झपाटून टाकले पाहिजे. तुम्ही झपाटून वेड्यासारखे काम करायला हवे. त्याला तुम्ही प्रेरणा म्हणा, हट्ट म्हणा वा झपाटणे म्हणा ! पण असे काम केल्याशिवाय यश प्राप्त होत नाही.

६) आक्रमक वृत्ती –

आपले हेतू साध्य करण्यासाठी तुम्ही आक्रमक असायला हवे. आपला मुद्दा आक्रमतेने पुढे सरकवून इतरांना पटवून देता आला पाहिजे. तुमचे ग्राहक, तुमचे सहकारी, तुमचे वरिष्ठ सर्वांना तुमचे म्हणणे, तुमची विचारसरणी, तुमचा मुद्दा पटवून द्यायला हवा. त्यासाठी आक्रमक वृत्ती हवी.

७) चिंतामुक्तता –

तुमचे मन चिंतामुक्त म्हणजे रिलॅक्स असेल, तर तुमची कार्यक्षमता निश्चित वाढते. तुमचे विचार तुम्ही अधिक स्पष्टपणे मांडू शकाल. नीट व्यक्त करू शकाल. एखादे काम ठराविक वेळेत संपवण्याचे थोडे टेन्शन आवश्यक आहे; अति पण ताणतणावाखाली काम करणे अशक्य होते. ताण, चिंता, भीती हे तुमच्या कामातील अडथळे आहेत. तुम्ही रिलॅक्स आणि हसतमुखत राहायला हवे.

८) परिश्रम –

आयुष्यात काही कमवायचे असेल तर त्यासाठी कष्ट घेण्याची तयारी हवी. परिश्रमाशिवाय 'यश' नाही. तुम्ही आज दहा तास काम करू शकत असलात तर हळूहळू प्रगती करून १२ तास, १४ तास काम करण्याची सवय लावून घ्या. काम तुमच्या आवडीचे असेल तर तुमची दमणूक होणार नाही. 'अधिक काम केल्याने मी दमेन' हा

विचार मनातून काढून टाका.

९) वास्तववादी राहा –

आपल्या जखमा कुरवाळत बसू नका. एखाद्या व्यवहारात अपयश आले तर खचून जाऊ नका. यशाच्या पायऱ्या चढताना केव्हातरी अपयशाची ठोकर बसतेच. त्या अनुभवातून धडा घेऊन पुढे चला. वास्तवाचे भान ठेवा.

१०) जोशपूर्ण राहा, कार्यरत राहा.

तुम्ही वर्तमानकाळात जगा. पण भविष्यात डोकावा. काळ बदलेल त्याप्रमाणे योग्य ते बदल करता आले पाहिजेत. जगातल्या घडामोडींची अद्ययावत माहिती तुम्हाला असायला हवी.सतत नवे ज्ञान मिळवायला हवे. यशाची पायरी चढताना जोशपूर्ण राहा. सतत कार्यरत राहा. अद्ययावत माहिती गोळा करत राहा.

किशोरने त्याच्या यशाचे जे गुपित सांगितले ते लक्षात घेण्याजोगे आहे. मुख्य म्हणजे सकारात्मक दृष्टिकोन हवा.

एका १३ वर्षांच्या मुलीने मिळवलेल्या यशाची ही सत्यकथा –

मर्किता अँड्रयुज (Markita Andrews) या मुलीने गर्ल स्काउटतर्फे बिस्किटे विकून ८० हजार डॉलरचे उत्पन्न मिळवले.

ही अतिशय लाजाळू, अबोल मुलगी होती. परंतु, जगप्रवास करण्याची तिची इच्छा इतकी जबर होती की, त्यासाठी काहीही करायला ती तयार होती. तिची आई न्यूयॉर्कमधील एका रेस्टॉरंटमध्ये सेविका होती. मर्किताचा बाप त्यांना सोडून निघून गेला होता. मर्किताची आई तिला म्हणे, ‘‘हे बघ बाळे, मी खूप कष्ट करून तुला कॉलेजचे उत्तम शिक्षण देईन. त्यानंतर मात्र तू इतके पैसे मिळव की आपण दोघी जग हिंडू शकू. हीच आपली महत्त्वाकांक्षा असू दे.’’

वयाच्या १३ व्या वर्षी गर्ल स्काउट मासिकात तिने वाचले की गर्ल स्काउटतर्फे जी कोणी सर्वात अधिक बिस्किटे विकेल तिला जगप्रवासाची दोन तिकिटे बक्षीस म्हणून मिळतील. तिने मनाशी पक्के ठरवले की संपूर्ण जगात सर्वात अधिक बिस्किटे ती विकेल आणि हे बक्षीस मिळवेल. प्रचंड जिद्दीने ती कामाला लागली.

तिच्या मावशीने तिला कानमंत्र दिला. ती म्हणाली, ‘‘तू कोणालाही बिस्किटे विकत घ्या असे म्हणू नकोस. ‘गर्ल स्काउटमध्ये गुंतवणूक करा’ असे सांगत जा.’’

दररोज शाळा सुटल्यावर ही मुलगी ४-५ तास घरोघर हिंडून विक्री करू लागली. प्रत्येक घरी ती प्रामाणिकपणे सांगे, ‘‘जग पाहण्याचे आईचे व माझे स्वप्न आहे. गर्ल स्काउटतर्फे बिस्किटे विकून माझे हे स्वप्न मी पुरे करू इच्छिते. तुम्ही यात गुंतवणूक

करणार ना? बिस्किटाचे किती पुडे ठेवू तुमच्यासाठी?'' तिच्या गोड, लाघवी बोलण्याचा व प्रामाणिकपणाचा परिणाम होत होता. तिने आपल्या जिद्दीने आणि परिश्रमाने हे बक्षीस मिळवले.

स्वतःवर दृढविश्वास, चिकाटी, हवे ते मिळवेनच अशी जिद्द आणि अपार कष्ट करण्याची तयारी – या सर्व गुणांमुळेच ही छोटी मुलगी यशस्वी झाली. आपल्या आईसह ती जगप्रवास करून आली.

अनेकदा आपल्याला असा प्रश्न विचारला जातो, ''प्रामाणिकपणे मी खूप कष्ट करत असूनही, अचानक एखादी समस्या, एखादी अडचण आली तर काय करावे?'' अशी काही अडचण आली तर घाबरून जाऊ नका. काळजी करू नका; कारण काळजी करून कोणतीही समस्या सुटत नाही. समस्या कशी सोडवायची याचा विचार व्हायला हवा. त्यासाठी शांत, निःशब्द बसा. शरीर आणि मन दोन्ही चिंतामुक्त, शांत करा. शांतता तुम्हाला नवी ऊर्जा देईल. मनात सकारात्मक विचार येऊ लागतील. ही थोड्या वेळाची शांत निष्क्रियता तुम्हाला नवजीवन देईल. तुमची अंतःप्रेरणा जागृत होईल. नव्या कल्पना सुचतील. समस्येवर तोड सापडेल. नंतर 'कृती' करण्याची क्षमताही येईल. महान कलाकार मायकेल अँजेलो याला नेहमी शांत निःशब्द बसल्यावेळी नव्या कलाकृती सुचत असत.

निर्मितिक्षम कल्पनाचित्र डोळ्यापुढे रंगवणे आणि मनाची प्रचंड ताकद लावून ते वास्तवात उतरवणे –

८ जानेवारी १९०० साली स्वामी विवेकानंद लॉस एंजेलिस, कॅलिफोर्निया येथे भाषण देत होते. त्यावेळी त्यांनी एका असामान्य घटनेबद्दल सांगितले. ती घटना म्हणजे मनाची शक्ती लढवून हवे ते वास्तवात आणणे; अशा प्रकारची असामान्य मनःशक्ती असणाऱ्या एका माणसाची कसोटी घेण्यास ते त्याच्याकडे गेले. स्वामी विवेकानंदांच्याच शब्दात :-

एका कागदावर त्याने काहीतरी लिहिले. त्याची घडी केली. त्यावर मला स्वाक्षरी करण्यास सांगितले आणि तो म्हणाला, ''हा कागद आत्ताच पाहू नका. खिशात ठेवा. मी सांगेन तेव्हाच उघडून वाचा.'' जरा वेळाने तो मला म्हणाला, ''आता कोणत्याही भाषेत एखादा शब्द किंवा वाक्य मनात आणा.'' मी एक लांबलचक संस्कृत वाक्य मनात आणले. संस्कृत भाषेबद्दल तो नक्कीच अनभिज्ञ असणार. नंतर तो म्हणाला, ''आता तुमच्या खिशातला कागद काढून वाचा.'' मी मनात आणलेले संस्कृत वाक्यच त्या कागदावर लिहिलेले होते. एका तासापूर्वी त्याने हे वाक्य त्या कागदावर लिहिले होते आणि शिवाय लिहिले होते. ''जे मी लिहिले आहे त्यानुसारच हा मनुष्य वाक्य

मनात आणेल.''

स्वतः स्वामी विवेकानंदांनी हे सांगितले होते. शंभर वर्षांपूर्वी ही अशी घटना म्हणजे 'चमत्कार' वाटला असता. आज विज्ञानाने ते सिद्ध होऊ शकते. जेव्हा १) मनातील विचारांची तीव्रता प्रचंड असते. २) जेव्हा हे विचार कागदावर स्पष्टपणे मूर्त स्वरूपात लिहिले जातात. ३) निश्चितपणे सकारात्मकतेने मांडले जातात. ४) मन जेव्हा पूर्णपणे चिंतामुक्त, शांत असते. ५) आणि वैश्विक बुद्धीच्या शक्तीशी समरस झालेले असते, तेव्हा ते विचार वास्तवात येतात.

मानवी मनाची असाधारण अलौकिक अशी शक्ती असते. मानवी मन वैश्विक मनाचा भाग असते. त्याच्याशी जोडले गेलेले असते आणि म्हणूनच मनाला काहीही अशक्य नाही. फक्त ही शक्ती, हे ज्ञान मिळवायला हवे.

ख्रिस्ताच्याही जन्मापूर्वी, मॉनिलियस या रोमन लेखकाने लिहिले होते, ''कितीही प्रचंड अडथळे आले, तरी मनाची शक्ती त्यांचा प्रतिकार करू शकते. कानाकोपऱ्यांपर्यंत पोहोचणाऱ्या या शक्तीमुळे संपूर्ण जग नमते.''

आपल्या हातून घडणाऱ्या चुका म्हणजे नवा अनुभव –

घडणाऱ्या काही चुका कधीकधी घरगुती आणि सामान्य असतात. उदाहरणार्थ, गीझर वा नळ बंद करायला विसरणे. ह्या असल्या चुका निष्काळजीपणाने अथवा लक्ष विचलित झाल्यामुळे होतात; अशा गोष्टींचे समर्थन करण्यासाठी आपण अनेक कारणे शोधत असतो. पण व्यवहारात, व्यवसायात घोडचुका झाल्यास मात्र नुकसान होऊ शकते. दादा जे.पी.वासवानी म्हणतात की, ''जगात चुका नाहीत, फक्त अनुभव आहेत. समस्या नाहीत, आव्हाने आहेत.''

प्रत्येक चूक आपल्याला एक नवा अनुभव शिकवते. चूक झाली की आपण आत्मपरीक्षण करतो. असे का घडले, याचा विचार करतो. चूक झाल्यास त्याबद्दल मनात स्वतःला दोषी ठरवू नका; स्वतःची निर्भर्त्सना करू नका किंवा स्वतःची कणव करू नका. चूक झाल्याने आपण अधिक शहाणे बनतो. पुन्हा असे घडू नये म्हणून जागरूक राहातो. या अनुभवातून शहाणपण शिकतो.

ही एक सत्यकथा आहे –

तो एका आंतरराष्ट्रीय बांधकाम कंपनीचा उच्चपदाधिकारी होता. एक महत्त्वाचे मोठे कॉंट्रॅक्ट मिळाल्याने अत्यंत आनंदात होता; पण लवकरच त्याच्या आनंदावर विरजण पडले. त्याच्या लक्षात आले की टेंडर भरताना एका महत्त्वाच्या बाबीचा खर्च त्यात नमूद करायला तो विसरला होता. यामुळे त्याच्या कंपनीला खूप मोठे नुकसान होणार होते. त्याच्या हातून चूक तर झाली होती. त्यावर तोडगा शोधणे गरजेचे होते. त्याने

आपली विचारशक्ती पणाला लावली. नंतर त्याने आपल्या अत्यंत विश्वासातल्या सहकारी मित्राला घडलेल्या चुकीबद्दल सांगितले. त्याच्या सहकाऱ्याने हे आव्हान स्वीकारले. एक कृतियोजना तयार केली. जेव्हा हे प्रॉजेक्ट पूर्ण झाले तेव्हा कंपनीला नुकसान तर झाले नाहीच, उलट भरपूर फायदा झाला. त्या सहकाऱ्याने सांगितले, ''माझ्यावर जो विश्वास दाखवला गेला, तो विश्वास सफल होण्याची मी जिद्द धरली. मी माझ्या इतर मित्रांना, फोनवर माझी अडचण सांगितली. सर्वांच्या मदतीने योग्य त्या मंडळींशी संपर्क साधला आणि त्यांच्या मदतीने आणि सहकार्याने मधले अनेक अभियांत्रिकी खर्च कमी करवले. मीही त्यांच्यावर पूर्ण विश्वास टाकला होता. एक गोष्ट माझ्या लक्षात आली. एखाद्यावर आपण जबाबदारी सोपवली आणि त्याच्यावर पूर्ण विश्वास ठेवला तर त्याचा नक्की उपयोग होतो. या अनुभवातून मी हा धडा शिकलो. माझ्यावर माझ्या वरिष्ठांनी पूर्ण विश्वास ठेवला आणि मीपण माझ्या व्यवसायातील मित्रांवर पूर्ण विश्वास ठेवला म्हणूनच या कठीण प्रसंगातून आम्ही यशस्वीरीत्या पार पडलो.''

दादा जे.पी. वासवनी म्हणतात. ''श्रद्धा ठेवा आणि यश मिळवा. यासाठी 'विश्वास' हवा. तीन प्रकारच्या विश्वासांची गरज आहे. स्वतःवर विश्वास, आपल्या आसपासच्या जगावर विश्वास आणि मुख्य म्हणजे परमेश्वरावर विश्वास !

श्री. विलासराव साळुंके यांची यशोगाथा –

श्री. विलासराव साळुंके हे इंजिनियर, उद्योगपती होते. त्यांनी सामाजिक कार्याला वाहून घेतले होते. १९७१–७२ मध्ये दुर्दैवाने महाराष्ट्रात फार मोठा दुष्काळ पडला. परिस्थिती अत्यंत गंभीर होती आणि शासनाला या संकटात सापडलेल्यांसाठी, त्यांना दिलासा देण्यासाठी, 'नोकरीची हमी देणारी योजना' राबवावी लागली.

विलासराव साळुंके आपल्या आठवणी सांगताना म्हणतात, ''एका सकाळी फिरायला गेलो असताना हजारो स्त्री–पुरुष काही थोडे रुपये मिळवण्यासाठी दिवसभर उन्हात कष्ट करताना दिसले. या दुष्काळात जिवंत राहण्यासाठी त्यांची धडपड चालू होती. हे दृश्य अत्यंत करुण, दयनीय होते. भुकेने व्याकुळलेल्या या लोकांशी मी बोललो. त्यांच्याकडून मला कळले की दीड लाख लोकसंख्या असलेल्या पंढरपूर तालुक्यातील ४०,००० लोक हे दगड फोडण्याचे काम करीत आहेत. दुष्काळावरचा हा उपाय न पटणारा होता.''

श्री. साळुंके आणि त्यांची पत्नी कल्पना यांनी या लोकांनाच विचारले की, त्यांना जर दुसरा पर्याय निवडायला सांगितला तर ते काय काम करणे पसंत करतील? आश्चर्यकारक उत्तर आले. त्यांना जर संधी दिली तर झिरपून आत गेलेले पाणी शोधण्यासाठी खणणे ते पसंत करतील; अशा पाण्याच्या विहिरी खोदल्या तर शेतीसाठी

उपयोगी पडतील. रस्त्यावरचे दगड फोडणे हा दुष्काळावरचा उपाय नाही. पाणी शोधणे हा खरा उपाय आहे.

साळुंके पतिपत्नी आपल्या मुलांसह नायगाव इथे राहायला आले आणि त्यांनी 'ग्राम गौरव प्रतिष्ठान' ची स्थापना केली. ग्रामीण भागासाठी एक ट्रस्ट सुरू केला.

सौ. कल्पना साळुंके सांगतात, ''आम्ही इतर खेडुतांप्रमाणे एका खोलीत साधेपणाने राहात होतो. सुरुवातीस मुलांना जड गेले; पण आपल्या योजनेत यश मिळवण्यासाठी असा त्याग करणे आवश्यक होते. आम्ही रॉकेलच्या स्टोव्हवर स्वयंपाक करत होतो आणि जमिनीवरच झोपत होतो.''

१९७४ पासून पाच वर्षे साळुंकेंनी पाणी व माती यांचे संरक्षण करण्यासाठी प्रयोग केले. अत्यंत कमी खर्चात हे सर्व कसे करता येईल, याचाही ते शोध घेत होते.

आणि मग 'पाणी पंचायत' ही संकल्पना उदयास आली. पंचायत म्हणजे सल्ला. ग्रामीण भागात खेड्याच्या व्यवस्थापनासाठी अशा संस्था पूर्वीपासून आहेत; अशा पंचायतींचे गुण ओळखून, साळुंकेंनी याचाच उपयोग करून घेतला. 'पाणी' म्हणजे शेतकऱ्यांसाठी अत्यंत मोलाची संपत्ती आहे. ह्या नैसर्गिक संपत्तीचीच शेतीसाठी गरज असते.

पाणी पंचायत म्हणजे संक्षिप्त पातळीवर पाण्याच्या यंत्रणेची आवश्यक ती योजना करणे. यात जंगलातील लाकूडतोड थांबवणे, पिकांची रचना, शेतीची उत्पादनक्षमता वाढवणे आणि मूलभूत गरजा ह्या सर्व गोष्टींचा समावेश आहे. या 'पाणी पंचायत' संस्थेच्या कार्यामुळे खेड्यांमध्ये खूप सुधारणा दिसून आली आणि मुख्य म्हणजे नोकरीच्या शोधात गाव सोडून गेलेले अनेकजण गावात परत आले.

या पाणी-पंचायतीचा प्रणेता होता ६४ वर्षीय कर्मयोगी अभियंता श्री. विलासराव साळुंके.

त्यांची यशोगाथा खालील गोष्टींवर आधारित होती.

१) निष्काम कर्म करणे हे त्यांचे तत्त्वज्ञान.

२) इतरांच्या दुःखाबाबत वाटणारी अनुकंपा.

३) सेवावृत्ती.

४) आपल्या शास्त्रीय ज्ञानाचा व्यवहारात उपयोग.

५) साधी राहणी.

६) परमेश्वरावर तसेच माणसांवर विश्वास.

७) नेतृत्व करून प्रशिक्षण देण्याची क्षमता.

८) कुटुंबाचा पाठिंबा.

(श्री. विलासराव साळुंके २००२ साली स्वर्गवासी झाले. त्यांच्या पाणी-पंचायतीचे काम आता त्यांच्या पत्नी कल्पना साळुंके पाहतात)

यशस्वी उद्योगाची खास गुपिते –

उद्योग यशस्वी कशामुळे होतो याची कारणे शोधून काढताना काही गोष्टी प्रामुख्याने लक्षात येतात.

१) यशस्वी कंपन्यांची स्वतःची अशी एक संस्कृती असते. कंपनीचे सर्व कर्मचारी या संस्कृतीमुळे एकत्र बांधले जातात आणि उत्पादन वाढण्यास मदत होते.

२) यशस्वी कंपन्यांची स्वतःची काही तत्त्वज्ञाने असतात. त्याला सुविचार म्हणा, नैतिक मूल्ये म्हणा, किंवा दूरदृष्टी म्हणा, यशस्वी कंपन्या नुसते पैसे कमावण्यापलीकडे दृष्टी ठेवून असतात.

३) यशस्वी कंपन्यांची संपर्कयंत्रणा अतिशय परिणामकारक असते.

४) यशस्वी कंपन्या आपल्या कर्मचाऱ्यांच्या निर्मितिक्षमतेला पुरेपूर वाव देतात. कर्मचाऱ्यांना आपले नवे विचार व्यक्त करण्यास स्वातंत्र्य दिले जाते.

५) पैसा आणि वेळ या दोन्ही गोष्टींची उधळपट्टी टाळली जाते. कंपनी साधेपणाने चालवली जाते.

६) परिश्रमाला पर्याय नाही.

७) कंपनी यशस्वी होण्यासाठी प्रेरणादायक नेतृत्व असायला हवे.

नेतृत्व –

नेता हा एखाद्या बोटीच्या कप्तानाप्रमाणे असतो. बोटीला अपघात झाला, बोट बुडणार असे लक्षात आले तर हा कप्तान डगमगून जात नाही. स्वतःच्या नेतृत्वाखाली बचावकार्य सुरू करतो. वरिष्ठ कर्मचाऱ्यांच्या मदतीने सर्वप्रथम, प्रवासी असल्यास प्रवासी, नंतर कनिष्ठ कर्मचारी, नंतर वरिष्ठ अधिकारी यांना बचावाच्या छोट्या बोटींमधून वाचवले जाते. सर्वात शेवटी कप्तान बोटीबाहेर जातो. अनेकदा इतरांना वाचवून मग कप्तानाने आपल्या बोटीसोबत जलसमाधी घेतल्याची उदाहरणे आहेत. नेता नेहमी सर्वप्रथम दुसऱ्यांचा विचार करतो.

स्थलांतर करणारे पक्षी आकाशात कसे उडत जातात हे तुम्ही पाहिले आहेत का? ते नेहमी उलट 'व्ही' अक्षराप्रमाणे म्हणजे   या रचनेत जात असतात. सर्वात शक्तिमान पक्षी त्यांचा नेता बनून सर्वात पुढे असतो. तो मार्गदर्शन करत असतो. मध्ये मोकळ्या हवेला जागा सोडत इतर पक्षी जातात. सर्वात शेवटी छोटे पक्षी आणि अशक्त

पक्षी असतात. ते दमले तर मधले पक्षी नेत्याला सूचना देतात. सर्वजण खाली जमिनीवर उतरून विश्रांती घेऊन पुन्हा उड्डाण करतात. नेता कसा असावा, याचे हे उत्तम उदाहरण आहे.

'लगान' सिनेमा बहुतेकांनी पाहिला असेल. त्यातही आदर्श नेता कसा असावा ते पाहायला मिळते. त्यात अमीर खान 'आव्हान' घेतो, आपली टीम अत्यंत दक्षतेने निवडतो, सर्वांना जिंकण्यासाठी प्रेरणा देतो आणि मुख्य म्हणजे आपल्या साथीदारांवर पूर्ण विश्वास ठेवतो. या सर्व गुणांमुळेच तो यशस्वी होतो.

काही यशस्वी उद्योजक काय म्हणतात ते पाहा :-

आझिम प्रेमजी - विप्रोचे चेअरमन - सिंबायोसिस इन्स्टिट्यूट ऑफ मॅनेजमेंट अँड मास कम्युनिकेशन येथे बोलताना म्हणाले, "आम्ही काही नीतिमूल्ये उराशी बाळगली. ही नीतिमूल्ये म्हणजे आमच्या संघटनेचा कणा होय. या तत्त्वांमुळे आम्ही कमी दामामध्ये काम करू शकलो. चांगले कर्मचारी मिळाले, चांगले ग्राहक मिळाले आणि चांगला धंदा झाला."

दुसऱ्या एका बिझिनेस असोसिएशनचे प्रेसिडेंट यांनी १९३६ साली लिहिले आहे. - रोजच्या कामाची सुरुवात पाच मिनिटे शांतता पाळून करावी. प्रत्येकाने आपल्याला रुचेल, पटेल त्याप्रमाणे परमेश्वराची प्रार्थना करावी. एकमेकांवर विश्वास ठेवावा. आपण ज्यांना सेवा देतो, त्यांच्यावरही विश्वास ठेवावा.

आपल्याबरोबर काम करणाऱ्या प्रत्येक कर्मचाऱ्याचे व्यक्तिमत्त्व, कामाची क्षमता, यश हे सर्व विकसित करणे गरजेचे आहे. त्याच्या संरक्षणाची जबाबदारी घेतली गेली पाहिजे. प्रत्येकाचे व्यक्तिमत्त्व सशक्त आणि मैत्रीपूर्ण असायला हवे. धंदा प्रगतिपथावर असावा.

कै.आर. डी. आगा, मॅनेजिंग डायरेक्टर थरमॅक्स -

थरमॅक्सचा असा विश्वास आहे, की संस्था मानवांची असली तरी संपूर्ण ऑर्गनायझेशन हे एका व्यक्तीपेक्षा अधिक महत्त्वाचे आहे. याचा असा अर्थ नाही की व्यक्ती कमी महत्त्वाची आहे.."

अनू आगा - चेअरपर्सन थरमॅक्स म्हणतात - चांगला नेता व्हावयाचे असेल तर लोकांवर प्रचंड विश्वास ठेवता आला पाहिजे. त्यांच्या कार्यक्षमतेवरही विश्वास असायला हवा. आपल्या कर्मचाऱ्यांना आदराने वागवावे आणि त्यांच्या कार्यक्षमतेस पूर्ण वाव द्यायला हवा. हीच धंद्यातील यशाची गुरुकिल्ली आहे. नेता संवेदनशील असावा हे महत्त्वाचे आहे.

पद्मश्री लीला पूनावाला म्हणतात –

'मी यशासाठी दहा नियम पाळते.'

१) जे काही करायचे असेल त्याची नीट योजना आखण्याची क्षमता हवी.

२) कौशल्याने, हुशारीने प्रभाव पाडता यायला हवा.

३) एक स्वप्न, एक दृष्टी हवी.

४) प्रेरणा हवी व ती पटवता आली पाहिजे.

५) पुढाकार घेऊन काम करावे.

६) धैर्य आणि हिंमत हवी.

७) योग्य अधिकाऱ्यांची नियुक्ती करणे अत्यंत महत्त्वाचे आहे.

८) संपर्कसाधने प्रभावी असावीत. इतरांचे विचार लक्षपूर्वक ऐकायला हवेत.

९) वाटाघाटी करण्याचे कौशल्य हवे.

१०) प्रत्येक बारीक तपशिलाकडे लक्ष हवे.

एन.आर. नारायणमूर्ती : इन्फोसिसचे चेअरमन म्हणतात –

'नेतेच महत्त्वाकांक्षा निर्माण करतात. नेतेच लोकांमध्ये आत्मविश्वास निर्माण करतात. नेतेच लोकांमध्ये कोणतेही अशक्य वा अवघड काम करण्याची क्षमता निर्माण करतात. कोणत्याही कंपनीच्या यशामध्ये 'नेतृत्व' फार महत्त्वाचे असते.

नेता कसा असतो?

तो उमद्या मनाचा असतो.

तो सुजाण हृदयाचा असतो.

आपल्या टीमसाठी तो त्याग करू शकतो.

आपल्याबरोबर काम करणाऱ्या कर्मचाऱ्यांना 'सर्वोत्कृष्ट' देण्याची त्याला इच्छा असते.

कोणत्याही गोष्टीतील धोका पत्करायची व सहन करण्याची त्याच्यात क्षमता असते.

सुब्रतो रॉय – सहारा फॅमिलीचे प्रमुख म्हणतात –

''भावपूर्ण असणे ही यशाची गुरुकिल्ली आहे. नेत्याच्या तीव्र भावनांमुळेच इतरांमध्ये त्याच्या दृष्टिकोनाप्रमाणे काम करण्याची बलशाली आणि तीव्र कर्तव्यबुद्धी जागृत होते आणि काम करण्यास उत्साह निर्माण होतो. आपल्या संघटनेत असलेल्या भावनिक गुंतवणुकीमुळे रोजच्या व्यवहारात वेळ, जमाखर्च आणि प्रत यांच्यात समतोलपणा राहून इच्छित उत्पादनक्षमता मिळते.

ही भावनिक गुंतवणुकीची संकल्पना नवी नाही. अनेक कंपन्यांचे नेते हिंमत,

भावना, संवेदनशीलता यांच्या आधारे काम करतात. याचा अर्थ असा नव्हे की तुम्ही तर्कहीन, बुद्धिहीन असावे. किंबहुना त्याचा अर्थ तुम्ही अधिक समजूतदार, योग्य व न्याय्य असावे. तुम्ही त्यात अधिक गुंतलेले असायला हवे.''

केविन टॅन यांचे तत्त्वज्ञान –

''वेगाने जात राहा; नाहीतर इतर तुम्हाला गाठतील आणि पुढे जातील. सतत प्रगती झाली पाहिजे. वरची श्रेणी गाठली पाहिजे.''

अपेक्षाभंग? उसळी मारून वर या !

आमच्या ओळखीचे एक गृहस्थ एका नामांकित ऑटो कंपनीत नोकरीसाठी मुलाखत देण्यास गेले. उच्चअधिकारी पदासाठी ही मुलाखत होती. या पदासाठी त्यांचे शिक्षण व पात्रता योग्य असल्याने आपल्याला नक्की निवडले जाईल अशी त्यांची खात्री होती; पण दुर्दैवाने त्यांची निवड झाली नाही. त्यांची घोर निराशा झाली. ही नोकरी आपल्याला नक्की मिळणारच असे वाटून त्यांनी आपले कुटुंब नोकरीच्या जागी हलवण्याची पूर्वतयारी करून ठेवली होती. मुलांना नव्या शाळेत प्रवेश मिळावा याचीही खटपट केली होती. त्यांचा मोठाच अपेक्षाभंग झाला.

पण त्यांना वास्तवाचे भान होते. त्यांनी चटकन् हार मानली नाही. ते कुढत बसले नाहीत. आपली निवड का झाली नाही यावर विचार करत बसण्याऐवजी त्यांनी अशाच प्रकारच्या उच्चपदासाठी इतर काही कंपन्यांकडे अर्ज केले. एकदा अपेक्षाभंग झाला म्हणून आलेली निराशा झटकून ते आपल्या ध्येयपूर्तीसाठी ठामपणे आणि आत्मविश्वासाने कामाला लागले. एका ठिकाणी झालेला 'अस्वीकार' ही त्यांनी आपल्या अभ्यासाची प्रक्रिया म्हणून स्वीकारली. नव्या उमेदीने नव्या मुलाखतीसाठी ते तयार झाले आणि वर्षाअखेर त्यांनी त्यांना हवे ते उद्दिष्ट गाठले. ते मनपसंत नोकरी मिळवू शकले. अपेक्षाभंगाचा अनुभव त्यांनी अधिक जोमात आणि आत्मविश्वासात परावर्तित केला. एक पाऊल मागे गेलात तर दोन पावले पुढे जा !

चिकाटी आणि परिश्रम याचा नेहमीच फायदा होतो –

एडमंड हिलरीच्या अगोदर अनेकांनी जगातील सर्वोच्च शिखर माउंट एव्हरेस्ट चढण्याचा प्रयत्न केला. पर्वताच्या शिखराजवळ पोहोचले. पण वरपर्यंत पोहोचू शकले नाहीत. वाईट हवा, हिमवादळे इत्यादी कारणांमुळे त्यांना हा जगातील सर्वात उंच पर्वत सर करता आला नाही. न्यूझिलंडमधील मधुमक्षिकापालन करणारा हा सामान्य माणूस पण त्याने हा पर्वत सर करण्याचा ठाम निश्चय केला.

''माउंट एव्हरेस्टच्या शिखरापर्यंत आम्ही पोहोचू की नाही आम्हाला माहीत

नव्हते. प्राणवायूचा साठा घेऊनही वरपर्यंत जाता येईल की नाही याची कल्पना नव्हती. वाटेतच आमचा मृत्यू होण्याचीही शक्यता नाकारता येत नव्हती.'' एडमंड हिलरी यांनी त्यांच्या यशानंतर बोलताना सांगितले, पूर्वीचे गिर्यारोहक निराश होऊन परतले होते. काहींना मृत्यूने गाठले होते. अशक्य ते शक्य करून दाखवायचेच, या जिद्दीने हिलरी या कार्यास लागले. अगोदरच्या गिर्यारोहकांच्या भीषण अनुभवाने ते डगमगले नाहीत. जिद्द, चिकाटी, परिश्रम या गुणांमुळेच ते यशस्वी झाले.

'हॅरी पॉटर' या जगप्रसिद्ध पुस्तकाच्या लेखिका जे.के. रोलिंग यांना, त्यांनी पहिले पुस्तक लिहिले तेव्हा १६ प्रकाशकांनी हे पुस्तक छापण्यास नकार दिला. ती एक सामान्य गरीब स्त्री होती; पण तिची दांडगी चिकाटी होती. ती सतत वेगवेगळ्या प्रकाशकांकडे जातच राहिली. अखेर तिची दया येऊन एका प्रकाशकाने तिचे ते पुस्तक छापले; आणि काय चमत्कार घडला हे सर्वांना माहीतच आहे. आज ती जगातील सर्वात श्रीमंत आणि लोकप्रिय लेखिका आहे. १५ प्रकाशकांनी तिचे पुस्तक नाकारले म्हणून निराश होऊन तिने आपले प्रयत्न सोडून दिले असते तर? पण तिने जिद्द व चिकाटी सोडली नाही आणि तिला हे असामान्य यश प्राप्त झाले.

असे ऐकले आहे की अर्नेस्ट हेमिंग्वे यांचे 'सर्वोत्कृष्ट कलाकृती' म्हणून नावाजलेले पुस्तक 'मॅन ऑफ दी सी' (Man of the Sea) शंभर वेळा तपासून सुधारणा करून घ्यावे लागले. त्यानंतरच प्रकाशकाने ते छापले. 'चिकाटी'चे हे उत्कृष्ट उदाहरण आहे.

तुम्हाला ज्या गोष्टी अत्यंत महत्त्वाच्या वाटतात. त्या मिळवण्यासाठी समर्पित वृत्तीने आणि चिकाटीने काम करणे गरजेचे आहे. यश नक्की मिळेल.

नवा मंत्र

एच.आर.डी. (HRD) कोर्समध्ये हल्ली एक नवा मंत्र सांगितला जातो. गुरुबानी भाषेत एक म्हण आहे. 'सहज सुबह जो होये सो हो' याचा अर्थ 'जे नैसर्गिकरीत्या होते ते सर्वात उत्तम असते' रोजच्या जीवनात येणाऱ्या ताणतणावांवर हा मंत्र उत्तम उतारा आहे. ज्या शीख गुरूंनी हा विचार सांगितला त्यांना भविष्यात येणाऱ्या गतिमान जीवनाची व त्यामुळे येणाऱ्या ताणतणावांची कल्पना होती. ताणतणावांमुळे नैराश्य येते. वैफल्य येते. अशा रोजच्या कटकटींना, ताणांना सामोरे जाणे बहुतेकांना जड जाते.

पुष्कळदा आपण आपल्यापुढे अवास्तव ध्येय ठेवतो. अत्यंत विश्वासाने आणि चिकाटीने हे ध्येय गाठण्याचा प्रयत्न करतो, असे करणे खरोखर चांगलेच आहे; पण आपले उद्दिष्ट दूर आणि आटोक्याबाहेर दिसत असेल तर उगीच भिंतीवर डोके आपटून घेण्यात अर्थ नाही. आपणच रक्तबंबाळ होऊ. ओशो म्हणतात, ''आपण काहीही केले

तरी जीवन जसे घडायचे तसेच घडत असते'' याचा अर्थ आपण प्रयत्न करावयाचा नाही असा नाही; पण कधी कधी 'विलंब' आणि काही 'अडथळे' येतात; अशा वेळी निराश न होता थोडा ब्रेक घ्यावा. थोडा खंड पाडावा. आपण ज्या गोष्टीसाठी झपाटलेले असतो त्यापासून थोडा विसावा घ्यावा. प्रवासातही थांबे असतात, प्रतीक्षागृहे असतात, विश्रांतिस्थाने असतात. शांत बसावे. पुन्हा नव्याने विचार करावा. काही नवी उद्दिष्टे सुचतील. त्यासाठी झटावे.

''आयुष्य म्हणजे १० टक्के माझ्या बाबतीत जे घडते ते आणि ९० टक्के माझी त्यावर काय प्रतिक्रिया होते ते हा विचार मनात ठेवून मी माझी वागण्याची दिशा ठरवतो.''

– रिच विल्‌किन्स (Rich Wilkins)

धर्मग्रंथात सांगितलेले यशाचे मार्ग –

जगातील बहुतेक सर्व धर्मग्रंथांत जीवनात यश, सुख मिळवण्याचे मार्ग सुचवले आहेत.

एका शीख भजनांत म्हटले आहे, ''जो मांगे ठाकूरसे आपने, यहां वहां होये'' – ''तुम्ही परमेश्वराकडे जे मागता ते इकडे तिकडे पूर्वीपासूनच आहे.''

परमेश्वराने तुम्हाला या जगात सर्व काही दिलेलेच आहे. तुम्ही आपल्या प्रयत्नाने ते शोधून मिळवायला हवे.

बायबलमध्येही म्हटले आहे (Ask and you shall get it) मागा म्हणजे तुम्हाला ते मिळेल.

हिंदू धर्मग्रंथातही म्हटले आहे. 'विश्वासाने मागा, तुम्हाला नक्की मिळेल.'

'तुम्हाला कोणत्या दाराने जायचे आहे ते ठरवा. तेथपर्यंत जा. ते बंद दार तुमच्यासाठी नक्की उघडेल.'

आपण मागू ते मिळेल – कसे ?

महाबळेश्वरला 'एको पॉइंट' आहे. तिथे तुमचा आवाज प्रतिध्वनित होऊन तुम्हाला पुन्हा ऐकू येतो. निसर्ग काहीही स्वतःकडे ठेवून घेत नाही. तुम्हाला त्याची परतफेड होतेच. तुम्ही प्रयत्न करा. फळ मिळेल. तुम्ही सर्वांशी चांगले वागा. तेही तुमच्याशी तसेच वागतील. निसर्गाचा कायदाच आहे की निसर्ग प्रतिसाद देतो. माणसाने प्रेम दिले, काळजी घेतली तर झाडे–फुले पण माणसांना प्रतिसाद देतात हे आता विज्ञानाने सिद्ध केले आहे. तुम्ही निसर्गाची मदत मागा, तुम्हाला नक्की प्रतिसाद मिळेल.

आपल्या धर्मग्रंथांत शांत बसून ध्यान करणे, योग करणे, प्राणायाम करणे यावर भर दिला आहे. या सर्वांमुळे तुम्ही निसर्गाशी नाते जोडू शकता. मग तुमची मागणी नक्की मान्य होईल. तुम्ही आपला मार्ग निवडा, सच्चाईने, चिकाटीने, धीराने जात राहा. यश नक्की मिळेल.

वैश्विक ऊर्जा –

या विश्वात प्रचंड ऊर्जा असून निसर्ग सतत कार्यरत असतो. जगविख्यात शास्त्रज्ञ डॉ. जयंत नारळीकर म्हणतात, ''आपल्या अवतीभोवती प्रचंड ऊर्जा आहे. आपल्याला ती डोळ्यांना दिसत नाही. ही ऊर्जा स्वस्थ बसलेली नसते. तिचे कार्य सतत चालू असते. उदाहरणार्थ, झाडाचे बी पेरले की पाणी आणि सूर्याची उष्णता यांमुळे या बीचे झाडात रूपांतर होते. सुंदर फुले-फळे जन्मतात. हे सर्व वैश्विक ऊर्जेमुळेच घडते.''

एच.आर.डी. (ह्युमन रिसोर्स डेव्हलपमेंट) गुरू निखेत म्हणतात, ''जीवनातील प्रत्येक क्षण हा वैश्विक ऊर्जेमुळे कार्यरत असतो आणि हे विश्व ऊर्जेने भरलेले आहे. तुम्ही मनापासून प्रयत्न करा आणि ह्या ऊर्जेची मागणी करा. तुम्हाला ऊर्जा नक्की मिळेल.'' ह्या गोष्टीला नक्कीच काही काळ जावा लागतो. बी पेरल्यावर लगेच काही मोठे झाड तयार होत नाही. छोट्या रोपाला प्रयत्नपूर्वक जपून, काळजी घेऊन मगच हे झाड मोठे होते.

विश्वात आदान-प्रदानाचा कायदा आहे. प्रत्येक कृतीवर प्रतिकृती असते. प्रत्येक कार्याला प्रतिसाद मिळतो. ऊर्जा कधीही नाश पावत नाही. त्याचे फक्त रूपांतर होते. जेव्हा आपली आत्यंतिक इच्छेची ऊर्जा वैश्विक ऊर्जेबरोबर एकजीव होते, तेव्हा आपले इच्छित कार्य होते. चांगले आरोग्य, शांती काहीही मागा, तुम्हाला ते मिळेल. आपले चित्त शांत व चिंतामुक्त असेल तेव्हा त्याची शक्ती अधिक असते; पण निसर्गशक्ती हे वाहन आहे. मार्ग आपल्यालाच शोधायला हवा. 'यश' हे आपले इष्टस्थळ असेल. वैश्विक ऊर्जा आणि आपल्या मनाची ऊर्जा यांचा मिलाप कसा करावा हे आपल्या ऋषिमुनींना माहीत होते. म्हणूनच ते अनेक विषयांनी भरलेले आपले वैदिक ग्रंथ लिहू शकले.

यशासाठी ए.आय.आर.आर. (AIRR) -

असे म्हटले जाते की यश गाठण्यासाठी चार गोष्टींची गरज आहे.

A - Application – क्रिया, कष्ट, परिश्रम करून वापरात आणणे.

I - Innovation – नवीन मार्ग / बदल शोधणे.

R- Resourceful अडचणींवर मात करण्यात तरबेज.

R- Re-invention शोधक वा कल्पक वृत्तीचा वापर करणे.

सतत नवे नवे शोध लागत आहेत. विज्ञानात प्रचंड प्रगती होत आहे. आपल्या ज्ञानात व माहितीतही खूप भर पडत आहे. या ज्ञानाचा आपल्याला यश मिळवण्यासाठी कसा वापर करता येईल ते पाहायला हवे. ज्ञान हे इंजिनाप्रमाणे आहे. त्याला तेलपाणी घालण्याची गरज असते. त्याशिवाय त्याचा उपयोग नाही. ज्ञानाला कार्यान्वित करायला हवे आणि या ज्ञानाचे व्यवहारोपयोगी विज्ञानात रूपांतर करायला हवे.

Application म्हणजे व्यवहारात वापर करणे – याचे उत्तम उदाहरण म्हणजे शास्त्रज्ञ जेम्स वॉट (James Watt) शेकडो वर्षे सर्वजण पाणी उकळताना व वाफ बाहेर पडताना पाहात होते. पण या वाफेत प्रचंड ऊर्जा असून त्याचा उपयोग कसा करावा याचा विचार फक्त जेम्स वॉटने केला आणि वाफेवर चालणाऱ्या इंजिनाचा शोध लावला.

आपण आपल्या आसपास अनेक गोष्टी बघत असतो. त्यांचे निरीक्षण करत असतो; पण त्यांचा कसा वापर करून घेता येईल हे एखाद्यालाच जमते. अगदी साधे उदाहरण म्हणजे टाकाऊ वस्तूंपासून काही गृहिणी सुंदर कलाकृती बनवून विकतातही.

Innovation - म्हणजे काहीतरी नवीन करणे, बदल करणे, अस्तित्वात असलेल्या पॅटर्नपेक्षा नवे पॅटर्न शोधणे, नवी संकल्पना राबवणे.

Resourceful – अडचणींवर मात करण्याची क्षमता –

एक अगदी साधे उदाहरण – मी दोन मुलींना दोन पत्ते शोधण्याचे काम सांगितले. पहिली मुलगी एका दिवसात दोन्ही पत्ते शोधून घेऊन आली. ज्या मंडळींना हे पत्ते माहीत असण्याची शक्यता आहे, त्यांना तिने गाठले आणि हे पत्ते मिळवले. दुसरी मुलगी टेलिफोन डिरेक्टरीत शोधत बसली. तिथे नक्की पत्ते सापडले नाहीत. अर्धा दिवस वाया गेला. नंतर ज्या फाइलींमध्ये त्यांचे पत्ते सापडण्याची शक्यता होती त्या तिने धुंडाळल्या; पण उपयोग झाला नाही. दोन दिवस झाले तरी तिला हे दोन पत्ते शोधता आले नाहीत. तिसऱ्या दिवशी कर्मधर्मसंयोगाने ज्यांना हे दोन पत्ते माहीत होते, असे एक गृहस्थ तिला भेटले व तिला ते पत्ते मिळाले. पहिली मुलगी रिसोर्सफुल होती. धडाडीची होती. भराभर काही मंडळींना भेटून तिने हे काम केले. दुसरी मात्र नको तिथे धडपडत राहिली.

Re-inventing – कल्पक वृत्तीचा वापर –

यामुळे कार्यक्षमता वाढून यश मिळते.

पुण्यात एक आजारी युनिट (Sick Unit) होते. वर्षानुवर्षे एकाच पद्धतीने तिथे कामकाज चालत होते. त्यामुळे उत्पादन वाढत नव्हते. जेव्हा या कंपनीचा उच्चाधिकारी निवृत्त झाला आणि त्याच्या जागी नवा अधिकारी आला, तेव्हा या नव्या अधिकाऱ्याने

कंपनीच्या कारभाराचा सखोल अभ्यास केला. या नव्या विचारांच्या नव्या दमाच्या अधिकाऱ्याने कंपनीच्या कारभाराची पद्धत, वितरणाची पद्धत सर्वात बदल केले. उत्पादन कसे वाढवता येईल याचा विचार केला आणि बघता बघता हे आजारी युनिट सुदृढ झाले. भरपूर नफा मिळवू लागले. नव्या अधिकाऱ्यांच्या कल्पक वृत्तीमुळेच हे यश मिळाले.

Power of Now - वर्तमानाची शक्ती

मानवी मन भूतकाळात आणि भविष्यकाळात दोलायमान होत असते; पण ते वर्तमानकाळात स्थिर होत नाही. कवी कालिदासाने एके ठिकाणी म्हटले आहे –

'काल' म्हणजे केवळ स्वप्न

आणि 'उद्या' म्हणजे केवळ काल्पनिक दृष्टी.

आपण घरात काम करताना, आंघोळ करताना किंवा गाडी चालवताना, आपण काय काय केले किंवा नंतर काय काय करणार आहोत याचाच विचार करत असतो. रोजची अनेक कामे आपण सरावाने, बेसावधपणाने करत असतो आणि विचार मात्र भूत वा भविष्याचा करत असतो आणि पूर्वी घडून गेलेल्या काही गोष्टींबद्दल मनात चिंता करतो किंवा भविष्यात करावयाच्या कामाबद्दल चिंता करतो. वर्तमानातल्या क्षणाचा मात्र आपण विचार करत नाही. आपल्या भांबावलेल्या विमनस्क मनामुळे कार्यक्षमता कमी होते. फक्त वर्तमानकाळाचा विचार केल्याने कार्यक्षमता वाढते. (Henry Van Dyke) हेन्री व्हॅन डाइक लिहितात, ''भूतकाळाबद्दल कुरकुरण्यात आणि भविष्याबद्दल चिंता करण्यात आपण इतका वेळ घालवतो की, आपल्याला वर्तमानातील आनंद, सुख लुटता येत नाही.''

मनाला भूतकाळातून आणि भविष्यकाळातून खेचून वर्तमानकाळात आणा.

''चालू वर्तमानकाळात कृती करा

स्वतःवर आणि परमेश्वरावर विश्वास ठेवा''

लाँगफेलो (Longfellow)

व्यवसायाचे व्यवस्थापन

F
O
F O C U S
U
S

असा हा तक्ता अगदी सर्वांना दिसेल असा समोर लावलेला होता. नाही –

कोणत्या कॉर्पोरेट ऑफिसमध्ये नव्हे, तर एका अत्यंत धार्मिक माणसाने आपल्या छोट्याशा घरात हा असा फलक लावला होता.

'यशाचा हा मंत्र आहे' असे त्यांनी सांगितले. जे काम तुम्ही करता आहात किंवा करणार आहात त्यावर आपले पूर्ण लक्ष केंद्रित करा. इतर क्षुल्लक गोष्टींकडे मन वळू देऊ नका. तुमच्या ध्येयावर लक्ष केंद्रित करा. हाच पूर्ण मंत्र आहे.

F = focus – लक्ष केंद्रित करणे.

O = optimism – सकारात्मक विचार करणे.

C = confidence – आत्मविश्वास बाळगणे.

U = understanding – उत्तम ज्ञान व समज असणे.

S = shakti within – स्वतःमधील ताकदीवर भरवसा ठेवा.

थोडक्यात सांगायचे म्हणजे आपल्या ध्येयावर लक्ष केंद्रित करा. सतत सकारात्मक विचार करा. आत्मविश्वासाने काम करा. जे करावयाचे आहे त्याबद्दल संपूर्ण ज्ञान मिळवा आणि स्वतःमधील शक्ती जागवा आणि जोमाने कामाला लागा.

तीन गोष्टी महत्त्वाच्या आहेत.

१) निर्भय राहा – मानसिक आणि शारीरिक भयापासून मुक्त राहा.

२) विश्वास बाळगा – स्वतःवर आणि परमेश्वरावर विश्वास ठेवा.

३) लक्ष केंद्रित करा – ध्येय निश्चित करा. त्यावर संपूर्ण लक्ष केंद्रित करा. तुमची सर्व ऊर्जा त्या दिशेनेच जाऊ द्या.

अनिश्चितता –

पुष्कळदा अनिश्चितता आपल्याला भिववते. सध्याच्या म्हणजे २००८ च्या आर्थिक मंदीने अनेकजण अक्षरशः कोलमडून पडले. ९/११ च्या अतिरेक्यांच्या हल्ल्याने अनेकांना भावनिक धक्का बसला आहे. हिंसाचाराने मनात भीती उत्पन्न झाली आहे. असुरक्षितता आणि अनिश्चितता या दोन गोष्टींनी मानवाला घेरले आहे. अशा वेळी शांतीसाठी प्रार्थना करण्याची गरज भासते.

प्रार्थनेत फार मोठी शक्ती आहे. 'उन्नती'चा अनुभव मिळतो. प्रार्थना करण्याने मनात सुविचार येतात आणि पवित्र भावना जागृत होते.

पुष्कळदा आपण एखाद्या देवाची पूजा करतो. प्रार्थना करतो ते देवापाशी काहीतरी मागण्यासाठी. देवाशी आपण करार करतो, ''मी तुला अमुक देतो, तू मला तमुक दे'' देव म्हणजे काय 'स्लॉट मशीन' आहे? इकडून पैसे घातले की तिकडून आपल्याला इच्छित वस्तू बाहेर यायला?

'प्रार्थना' म्हणजे प्रेमाप्रमाणे आहे. ते बिनशर्त असते. प्रेमाप्रमाणे भावनांचा झरा

असतो. तेथे 'देणे' आहे. घेण्याचा विचार नसतो.

प्रार्थनेमुळे मनःशांती लाभते. मनातील अनिश्चितता दूर होते. मनातील भयाची भावना नष्ट होते. देवाची प्रार्थना करणे म्हणजे एका जागी बसून मंत्र म्हणणे एवढाच अर्थ नाही. देवावर श्रद्धा ठेवून काम करणे, गोरगरिबांची सेवा करणे हीपण एक प्रकारची प्रार्थनाच आहे. प्रार्थनेला वेळ, जागा आणि शब्दांचे बंधन नाही. ती एक भावना आहे. आपल्या हृदयात ती जागृत ठेवा. प्रार्थनेमुळे मनःशांती, सुरक्षितता मिळते. आपल्याला अधिक शक्ती मिळते.

आपल्या मनामध्ये एक 'आरामगृह' निर्माण करा –

मनात गोंधळ उडालाय का? ताणतणाव आहेत? तुम्हाला ताजेतवाने होण्याची गरज आहे. जिथे शुद्ध स्वच्छ हवा, वाऱ्याची थंड झुळूक, फुलांचा सुगंध, आकाशातील तारे असतील असे एक स्वतःचे आरामगृह, विश्रांतिस्थान तुम्ही निर्माण करा. ते स्वतःच्या मनातच निर्माण व्हायला हवे. हिमाच्छादित पर्वत आपल्या उत्तुंगतेने तुम्हाला प्रेरणा देतील. शांत वाहणाऱ्या नद्या तुमचे तणाव दूर करतील. उंच उंच झाडे असणारे वन तुम्हाला निसर्गाचे सुंदर रूप दाखवेल. विश्वाशी एकरूप होण्यास मदत करतील. ही सर्व दृश्ये आपल्या मनात उभी करण्यास शिका. तसे करणे इतके सोपे नाही. प्रयत्नपूर्वक, सकारात्मक विचार करून आपल्या मनात एक सुंदर विश्रांतिस्थान निर्माण करा. मनात गोंधळ झाला, ताण वाढले की पटकन् तुम्ही आपल्या मनातील या आरामगृहाचा अथवा विश्रांतिस्थानाचा आश्रय घ्या. निसर्गाच्या सौंदर्याचा आस्वाद घ्या. त्यापासून प्रेरणा घ्या. शक्ती मिळवा. शांती मिळवा. चिंतामुक्त व्हा.

हे सर्व कसे साध्य होईल? त्यासाठी कृतीची काही पावले उचलावी लागतील.

पहिले पाऊल –

रोज पाच मिनिटांची सुट्टी घ्या. आपल्या आवडीच्या अतिशय रम्य अशा ठिकाणी मनाने जा. त्या जागेचा पुनर्आस्वाद घ्या. तुम्हाला शांत वाटेल.

दुसरे पाऊल –

रोज एक मिनिट प्रार्थनेत घालवा. परमेश्वरावर दृढ श्रद्धा (विश्वास) ठेवा. तुम्हाला आवडेल, रुचेल, पटेल अशा तऱ्हेने काही क्षण प्रार्थनेत घालवा. तुम्हाला निर्भेळ आनंद लाभेल.

तिसरे पाऊल –

रोज तीन मिनिटे 'ध्यान' करा. डोळे मिटून शांत बसा. स्वतःच्या श्वसनावर लक्ष केंद्रित करा. मनातले इतर विचार झटकून टाका. तीनच मिनिटे ध्यान? मनातील तणाव दूर करण्यासाठी हे तीन मिनिटांचे ध्यानही पुरेसे आहे. असा तुम्हाला अनुभव येईल.

नुसते शांत बसल्यानेही मनातील जळमटे दूर होतात.

चौथे पाऊल –

निसर्गाशी एकरूप व्हा. मिनिटभर तोच विचार करा. तुमच्या मनातील विश्रांतिगृहाकडे जाण्याचा मार्ग सापडेल. झाडे,पानाफुलांत रममाण व्हा. त्यांच्या सान्निध्याचा आनंद लुटा. तुम्हाला निसर्गाच्या जवळ गेल्याचे सुख मिळेल.

पाचवे पाऊल –

चांगल्या आठवणींचा आल्बम बनवा. आपल्या आयुष्यातील चांगले क्षण, आनंदाचे प्रसंग आठवा. विश्रांतिस्थानाचा कंटाळा आला की हा आल्बम उघडून बघा. सकारात्मक भावना निर्माण होईल. सुखाच्या, आनंदाच्या क्षणांचा आल्बम तुम्हाला नवी प्रेरणा देईल.

सहावे पाऊल –

आपली अंतःस्थ शक्ती वाढवण्याचा प्रयत्न करा. यासाठी दीर्घश्वसन, प्राणायाम, योगमुद्रा जे तुम्हाला सहज शक्य आहे ते करा.

अनेकांना या सर्व गोष्टींचा फायदा झाला आहे. तुम्हालाही नक्की होईल.

सहजतेने, विनासायास काम करा –

''रोजचा दिवस जसा येईल तसे जगा –

रोज जे शक्य आहे ते सर्व तुम्ही केलेत. काही चुका झाल्या असतील तर त्या विसरून जा.''

राल्फ वाल्डो इमर्सन (Ralf Waldo Emerson)

मानसिक ताणतणावांचा ओघ जास्ती झाल्यास त्यावर बांध घाला. आपले लक्ष विचलित होऊ लागले तर त्यालाही अटकाव-बांध घाला. मानसिक घाईपण थांबवा. काम लवकर संपवण्याची घाई झाल्यास, थोडा ब्रेक घ्या आणि मग जोमाने कामास लागा. दहा आकडे उलटे मोजा. दीर्घ श्वसन करा आणि चिंतामुक्त होऊन कामाला लागा.

कोणत्या कामांना अग्रक्रम द्यावयाचा ते ठरवून त्याप्रमाणे कामांची यादी करा. जी कामे झटपट होऊ शकतात अशाही कामांबद्दल उगीचच चिंता वाटत असते. ती दूर करा. उगीचच विचार करून चिंता वाढवू नका. मानसिक ऊर्जा वाया जाईल.

स्वतःवरच्या अविश्वासामुळेच ताणतणाव वाढतात. सकारात्मक दृष्टी ठेवा. 'मला यश मिळणारच' असे सतत स्वतःशी म्हणत राहा. सकाळी उठल्याबरोबर व रात्री झोपण्यापूर्वी हा मंत्र जरूर म्हणा.

सकाळी उठताना बिछान्याच्या योग्य दिशेने उठावे असे सांगितले जाते. योग्य बाजू कशी ठरवायची? तुमचे श्वसन कसे आहे ते पाहा. तुम्ही जर डाव्या नाकपुडीतून उच्छ्वास टाकत असाल तर उठताना डावा पाय आधी खाली सोडून पलंगावरून उठा. उलट असेल तर उजवा पाय प्रथम सोडा. शरीराचा तोल, लय त्यावर अवलंबून असते असे म्हटले जाते. योग्य बाजूने योग्य पाय प्रथम सोडून उठल्यास सकारात्मक विचार जागृत होतात.

स्वतःमध्ये कायाकल्प करण्यासाठी मानसिक विश्रांतीस्थानात थोडी विश्रांती घ्या. थोडा वेळ शांत बसून, मिनिटभर प्रार्थना करून आपली शक्ती, ऊर्जा, पुन्हा भरून घ्या. तुमचे मन सकारात्मक विचारांनी प्रफुल्लित होईल.

७६ टक्के लोकांना आपली स्वप्नपूर्ती करता येत नाही. याचे मुख्य कारण म्हणजे त्यांच्या व्यक्तिमत्त्वात काही त्रुटी असतात. काही गोष्टींचा अभाव असतो. या त्रुटी सुधारायला हव्यात.

त्यासाठी पहिले पाऊल म्हणजे आपल्यात कोणत्या त्रुटी आहेत हे ओळखायला पाहिजे, त्या मान्य करायला पाहिजेत.

दुसरे पाऊल म्हणजे या त्रुटी कशा सुधाराव्यात यासाठी निष्णात लोकांचा सल्ला घ्यावा.

आणि तिसरे पाऊल म्हणजे स्वतःतील त्रुटी घालवायला पाहिजेत.

आपल्या व्यक्तिमत्त्वातील त्रुटी घालवल्याबरोबर लगेच काही चमत्कार होणार नाही. तिथे काही सोन्याचे अंडे देणारी जादूची कांडी नाही. इतरांच्या व परमेश्वराच्या मदतीनेच यश मिळू शकते.

मुख्य म्हणजे स्वतःवर, इतरांवर व परमेश्वरावर विश्वास हवा. हेच यशाचे गुपित आहे. अत्यंत प्रयत्नपूर्वक हा विश्वास मिळवायला हवा. संपूर्ण विश्वाचे कार्य किती परिपूर्णपणे चालू असते. हे उमगले तर आपला विश्वास दृढ होतो. पक्ष्यांना उडता येते. माशांना पोहता येते. माणसाला चालता येते. ढगातून पाऊस पडतो. चंद्रसूर्य नियमित उगवतात. झाडे वाढतात. त्यांना पाने, फुले, फळे येतात. सागरात भरती ओहोटी येते. या सर्वांमागे जी परमशक्ती आहे तीच शक्ती तुमच्या यशामागे आहे.

दुसरा एक परमकायदा आहे. तो म्हणजे 'तुम्ही पेराल तसे उगवेल !' जितका विश्वास, जितके परिश्रम, तितके फळ नक्कीच मिळेल.

तुम्हाला जे काही पाहिजे असेल, जे यश मिळवायचे असेल ते देण्यासाठी संपूर्ण वैश्विक ऊर्जा तुमच्या मदतीसाठी तयार आहे, हे विसरू नका.

(५)

वेदांत सांगितलेली यशाची सूत्रे

आजच्या आधुनिक जगात विज्ञानाने प्रचंड प्रगती केली आहे. आपल्याला अनेक प्रकारचे ज्ञान प्राप्त झाले असून, त्याच्या जोरावर आपण आयुष्यात यशस्वी होऊ असे आपल्याला वाटते; पण हजारो वर्षांपूर्वी लिहिल्या गेलेल्या आपल्या वेदांमध्येही अशाच प्रकारचे ज्ञानभांडार आहे. वेदांमध्ये मानवाला सुख, शांती, यश मिळवण्याचे मंत्र सांगितले आहेत.

ऋग्वेद, यजुर्वेद, अथर्ववेद व सामवेद या चार वेदांमध्ये असलेले ज्ञान हे संपूर्ण मानवजातीस या आधुनिक युगातही उपयोगाचे आहे. वेदांत अध्यात्म आहेच, शिवाय विज्ञान, वैद्यकशास्त्र, अर्थशास्त्र, समाजशास्त्र, मानसशास्त्र, संगीतशास्त्र या सर्वांचा समावेश आहे. महात्मा बुद्धांच्या मते ज्यांनी वेदांचा अभ्यास करून ज्ञान मिळवले आहे, ते आयुष्यात कधी अपयशी होत नाहीत. स्वामी विवेकानंदांनीही वेदांतील ज्ञान हे संपूर्ण ज्ञान आहे असे म्हटले आहे.

आजच्या गतिमान व धकाधकीच्या युगातही यश मिळवण्यासाठी उपयोगी पडतील असे काही वेचक वेदमंत्र इथे देत आहे.

१) पक्तार पक्वः पुनरा विशाति ।
अथर्ववेद (१२-३-४८)
मानव जे शिजवतो तेच खातो
म्हणजेच मानव जे पेरतो तेच उगवते.

२) उत् क्रामातः पुरुष भाव पत्था मृत्योः षड्बीशमवमुञ्चमानः ।
मा च्छित्था अस्माल्लोकादग्नेः सूर्यस्य संदृशः ।।
अथर्ववेद (८-१-४)
हे मानवा -
तुझ्या सध्याच्या अवस्थेतून तू वर चढ.
खचून खाली जाऊ नकोस.
मृत्यूचे भय सोडून दे.
जगात खिन्नपणे वावरू नकोस.
सूर्य आणि अग्नीप्रमाणे तळपत राहा।।

३) आरोहणमाक्रमणं जीवतोजीवतोऽयनम् ।।

अथर्ववेद (५-३०-७)

जागे होणे, उठणे
आणि पुढे पाऊल ठेवणे
हा प्रत्येक मानवाचा
गुणविशेष आहे. (हाच यशाचा मार्ग आहे.)

४) वाचा वदामि मधुमद् ।

अथर्ववेद (१-३४-३)

मी नेहमी सर्वांशी मधुर
संभाषण करावे.

५) निन्दितारो निन्द्यासो भवन्तु ।

ऋग्वेद (५-२-६)

दुसऱ्याची बदनामी केल्यास
स्वतःचीही बदनामी होईल.

६) मा भ्राता भ्रातरं द्विक्षन्मा स्वसारमुत स्वसा
सम्यञ्चः सव्रता भूत्वा वाचं वदत भद्रया ।।

अथर्ववेद (३-३०-३)

भावाने भावाचा द्वेष करू नये.
बहिणीने बहिणीचा द्वेष करू नये.
आपल्या बोलण्यावागण्यात गोडी असावी.
आपल्या हितसंबंधात सुसंवाद असावा.
सर्वांनी एकीने राहावे. ।।

७) यत्ते भूतं च भव्यं च मनो जगाम दूरकम् ।। ऋग्वेद (१०.५८.१२)
तत्त आ वर्तयामसीह क्षयाय जीवसे ।। ऋग्वेद (१०.५८.११)

भूतकाळात काय घडले
आणि भविष्यकाळात काय घडणार
यात तुमचे मन भटकत असते.
त्याला परत आणा
आणि काबूत ठेवा ।।

८) ध्रुवस्तिष्ठाविचाचलिः ।

ऋग्वेद (१०-१७३-१)

स्वतः ठाम अविचल राहा.

डळमळीत राहू नका.

९) प्रेता जयता नर इन्द्रो वः शर्म यच्छतु

उग्रा वः सन्तु बाहवोऽनाधृष्या यथासथ ।।

ऋग्वेद (१०-१०३-१३)

उठा, पुढे चला आणि जिंका.

देवाची (इंद्राची) तुम्हावर कृपा असेल.

तुमचे बाहू शौर्यपूर्ण असू देत

आणि तुम्ही अजिंक्य राहा ।।

१०) धर्मे तिष्ठन्ति भूतानि, धर्मो राजनि तिष्ठति ।

– यजुर्वेद

माणसात विश्वास महत्त्वाचा आहे.

सर्वजण विश्वासावर जगतात.

हा विश्वास राजाने (नेत्याने) टिकवून ठेवायला हवा ।

''उठ, परिश्रम कर, खचून जाऊ नकोस, धीट बन.

पुढे पाऊल टाक, सर्वांशी गोड वाग.

सर्वांशी चांगले हितसंबंध ठेव.

भूतकाळाची वा भविष्यकाळाची चिंता

करण्यात वेळ घालवू नकोस.

मनावर काबू ठेव, स्वतः ठाम राहा.

स्वतःवर, इतरांवर आणि परमेश्वरावर

दृढ विश्वास ठेव.

म्हणजे सुख, शांती, यश लाभेल.''

वेदांत सांगितलेली हीच यशाची सूत्रे आपण आजही सांगत आहोत.

❑

व्यक्तिमत्त्व विकासावरील
डायमंड पब्लिकेशन्सची उपयुक्त पुस्तके

भावनिक बुद्धिमत्ता : एक व्यावसायिक मार्गदर्शन	दलिप सिंग, अनु. चारुता पुराणिक	२५०/-
ताण : विमनस्क अवस्थेतून तोल सावरण्यापर्यंत	विनय जोशी, अनु. : उमाशशी भालेराव	१६५/-
मी जिंकणारच !	कर्नल पी. पी. मराठे	१३०/-
The Heads We WinThe Tails We Win	Col. P. P. Marathe	१००/-
स्वप्न उद्योजकांचे	जयप्रकाश झेंडे	१८०/-
उत्कृष्टतेकडे...	जयप्रकाश झेंडे	१५०/-
अधिक प्रभावी संवाद	अनुवाद - शैला सोमण	२००/-
कला संभाषणाची	डॉ. नीलम ताटके	९५/-
व्यक्तिमत्व फुलताना	माधुरी तळवलकर	१२०/-
यशाकडे भरारी	प्रा. अरुणा जेटवानी, प्रा. उमाशशी भालेराव	७०/-